Stephen

live joyfully!

Brenda
Son

3/09
제주

베트남 모멘트

Vietnam Moment

Một thoáng yên bình

Vietnam Moment

Brenda Paik Sunoo & Tôn Thị Thu Nguyệt

Vietnam Moment

Compiled by Brenda Paik Sunoo & Tôn Thị Thu Nguyệt

Copyright © 2009 by Seoul Selection
All Rights Reserved
All photos are the property of Brenda Paik Sunoo.

Published by **Seoul Selection**
B1 Korean Publishers Association Bldg., 105-2 Sagan-dong,
Jongno-gu, Seoul 110-190, Korea
Tel: 82-2-734-9567
Fax: 82-2-734-9562
E-mail: publisher@seoulselection.com
www.seoulselection.com

ISBN: 978-89-91913-54-7 03040

Printed in Korea

For our grandchildren

Cho con cháu mai sau

우리의 손자들에게

Contents

Publisher's Note

In the late 1980s, I once attended a rally at Seoul's Boramae Park. It was held by soldiers who had been deployed to Vietnam during the war. The participants unexpectedly told me (I was a reporter at the time) that they wanted to go to Vietnam and run farms. It seemed perplexing for them to want to farm in Vietnam, which had been their former battleground. But then it occurred to me that it was natural for them because they would have been the sons of farmers prior to being soldiers.

As time passed on, we entered the 21st century, and young Vietnamese women began marrying Korean bachelors, some of whom are the sons of soldiers who had served in Vietnam. The Vietnamese brides were realizing the dream of Koreans from the previous generation, who sought to immigrate to Vietnam and run farms there, but were doing so in today's Korean agricultural society.

But as a Korean, I feel distressed every time I hear some heartbreaking stories about the hardship endured by Vietnamese brides as a result of cultural differences and misunderstanding. I feel that Koreans owe a great debt to the Vietnamese people in terms of issues related to the Vietnam War and to the social issues of Vietnamese brides today.

It is my hope that this small book will help in understanding the Vietnamese people and their culture. I also hope that it can provide some assistance, however small, to the Vietnamese brides proudly sharing their longstanding cultural traditions and the images with Koreans. Moreover, I have a deep desire that it might provide a good opportunity for the Americans and Koreans and the Vietnamese who aimed guns at one another in the Vietnam War to develop a relationship of sincere mutual respect and love.

Examining the history of one of this book's writers, third generation Korean-American Brenda Paik Sunoo, one can see that her grandparents were immigrants who went to work on Hawaii's sugar cane plantations in the early 1900s. Considering this fact, it does not seem accidental that Brenda came to have an interest in Vietnam and plan this book following her husband's Hanoi-based assignment in 2002 at the International Labor Organization. As I see her, I have the feeling that while history repeats itself, it's the individual who moves history forward. It is my sincere wish that the rich traditional

culture and wisdom of Vietnam presented in this book will contribute to the readers'
better understanding both of the Vietnamese and of themselves.

Kim Hyung-geun
February 2009

Lời Giám đốc Nhà xuất bản

Vào cuối những năm 1980, tôi có dự một cuộc mít-tinh lớn do những cựu chiến binh đã từng
bị phái sang Việt Nam trong thời kỳ chiến tranh tổ chức tại công viên Boramae ở Seoul.
Những người cùng dự bất ngờ nói với tôi (hồi đó tôi là một phóng viên) rằng họ muốn sang
Việt Nam để xây dựng nông trường. Thoáng nghĩ thì có vẻ hơi khó hiểu tại sao những người
này lại muốn sang Việt Nam để phát triển nghề nông ngay trên những bãi chiến trường năm
xưa của họ. Nhưng tôi chợt nhận ra một điều rất tự nhiên rằng những thanh niên Hàn quốc
trước khi gia nhập quân đội đều là con cái nhà nông cả.

Rồi thời gian trôi qua, chúng ta bước vào thế kỷ thứ 21, những cô gái Việt Nam bắt đầu lấy
chồng người Hàn Quốc. Một số những người chồng này là con trai của các cựu chiến binh Đại
Hàn ở Việt Nam thời trước. Các nàng dâu Việt Nam đang thực hiện giấc mơ của thế hệ cha
ông người Hàn Quốc, những người đã từng tìm cách di cư sang Việt nam để xây dựng nông
trường; nhưng rồi chính những phụ nữ Việt Nam này hiện lại đang làm như vậy ngay trong xã
hội nông nghiệp của Hàn Quốc.

Nhưng là một người Hàn Quốc, tôi cảm thấy xấu hổ và buồn chán khi nghe những tin
không hay về các nàng dâu Việt Nam phải chịu đựng những cảnh khốn khổ do những sự khác
nhau về văn hóa và những định kiến gây nên. Tôi cảm thấy rằng người Hàn Quốc còn mắc
nợ người Việt Nam rất nhiều, từ những vấn đề về chiến tranh ở Việt Nam trước đây cho đến
những vấn đề xã hội của các nàng dâu Việt Nam ở Hàn Quốc hiện nay.

Tôi hy vọng rằng cuốn sách nhỏ này sẽ mang lại sự hiểu biết sâu sắc hơn về con người và
văn hóa Việt Nam. Tuy không nhiều nhưng tôi cũng tin rằng cuốn sách này có thể giúp những
nàng dâu Việt Nam tự hào về truyền thống văn hóa lâu đời của mình và những hình ảnh của

Việt Nam ngày nay để cùng chia sẻ với những người Hàn Quốc. Hơn thế nữa, tôi thiết tha mong muốn rằng cuốn sách này sẽ là một cầu nối cho tất cả những người Mỹ, người Hàn Quốc, người Việt Nam đã từng chĩa súng vào nhau trong cuộc Chiến tranh ở Việt Nam, cùng phát triển mối quan hệ chân thành yêu thương và tôn trọng lẫn nhau.

Điểm qua lịch sử của tác giả Brenda Paik Sunoo, một người Mỹ gốc Hàn Quốc thuộc thế hệ thứ ba, chúng ta có thể thấy rằng ông bà của chị ấy đã di cư sang Mỹ và làm việc cho một nông trang trồng mía ở Hawaii vào đầu những năm 1900. Qua thực tế này, chúng ta thấy không phải ngẫu nhiên mà chị Brenda lại quan tâm đến Việt Nam và thích thú trong việc sáng tác cuốn sách này kể từ khi chồng chị được cử sang làm việc tại văn phòng Tổ chức Lao động Quốc tế (ILO) tại Hà Nội vào năm 2002. Khi tôi gặp chị ấy, tôi có cảm tưởng rằng trong khi lịch sử có thể tái diễn, thì chính từng cá nhân thôi thúc lịch sử tiến lên. Tôi thiết tha mong rằng trí tuệ và nền văn hóa truyền thống của Việt Nam được trình bày trong cuốn sách này sẽ giúp bạn đọc hiểu biết sâu sắc hơn về con người Việt Nam và cả về bản thân mình.

Kim Hyung-geun
Tháng 2 năm 2009

발행인의 글

지난 80년대 말 보라매공원에서 열린 파월장병 집회에 간 적이 있습니다. 당시 기자 신분이었던 필자에게 그들은 뜻밖에도 베트남에 가서 농사를 짓고 싶다고 말했습니다. 한 때 자신들의 전장이었던 베트남에서 농사를 짓겠다니... 그러나 군인이기 이전에 농부의 아들이었을 당시의 한국인들에게는 자연스러운 일이라는 생각도 들었습니다.

세월이 흘러 21세기가 되자 베트남 처녀들이 일부는 파월장병들의 아들이기도 한 한국인 총각들과 맺어지게 됐습니다. 베트남 신부들은 베트남 농업이민을 가고자 했던 전 세대 한국인들의 꿈을 오히려 오늘날 한국의 농촌사회에 구현하고 있습니다.

하지만 문화적 차이와 오해로 인해 일부 베트남 신부들에 대한 가슴 아픈 이야기가 들릴 때마다 한국인의 한 사람으로서 안타까움을 느낍니다. 베트남전 관련 다양한 이슈들에서부터 베트남 신부에 이르기까지 한국인은 베트남인에게 큰 빚을 지고 있다고 저는 생각합니다.

이 작은 책이 베트남인들과 그들의 문화를 이해하는 도우미 역할을 했으면 합니다. 또한 베트남 신부들이 자신들의 오랜 문화적 전통과 오늘날 베트남의 모습을 한국인들에게 자랑스럽게 알리는 데 조금이나마 보탬이 되었으면 하는 바람도 있습니다. 나아가 베트남전에서 총부리를 겨누었던 미국인과 한국인, 베트남인이 서로를 진심으로 존중하고 사랑하는 계기로 작용했으면 하는 큰 욕심도 있습니다.

사실 따지고 보면 이 책의 필자 중 한 사람인 재미교포 3세 브렌다씨의 시할아버지도 1902년 하와이 사탕수수 농장으로 간 이민자였습니다. 그런 사실을 놓고 보면, 브렌다씨가 남편의 ILO 하노이 사무소 발령에 따라 베트남에 관심을 갖게 돼 이 책을 기획한 것은 우연이 아닌 것으로 여겨집니다. 역사는 반복되지만, 역사를 나아가게 하는 것은 사람이라는 생각이 듭니다. 책에 실려 있는 베트남의 풍성한 전통문화와 지혜가 베트남인과 독자 여러분 스스로를 더욱 잘 이해하는 데 기여하기를 기원드립니다.

2009년 2월

김형근

Foreword

During the three years that I lived in Vietnam in the early days of this century, the thing that touched me more than anything else was the quality of many of the Vietnamese people that I met.

They possessed a tenacity and ingenuity that enabled them to find solutions where others might have given up. I saw a grace and a readiness to laugh at the absurd, which I often feel has been their way of dealing with a history that has taken them through very tough times.

One of my favourite pursuits during those years was getting onto my bicycle at dawn and pedalling through the narrow streets of old Hanoi. I loved the smells of coriander, mint and all the other freshly picked herbs so abundant in Vietnamese cooking. And then of course always the big pots of Hanoi's specialty, chicken or beef "pho" with a scent of star anise, simmering away in large pots in many a doorway near the pavement. People stopped here on their way to work and ordered a bowl of the tasty broth before settling down on low wooden benches or plastic stools. On such mornings I would often park my bike by a tree and drop in to say hello to various friends, living in the small flats of the old city. We might share a joke, a bit of news, a cup of green tea or go together to a favourite haunt for a bowl of "pho." One of these friends was Ton Thi Thu Nguyet.

To me this was real life and a very welcome complement and contrast to the more formal and generic diplomatic life that had brought my husband and our family to Vietnam from Australia. I was keen to try and marry together those two quite different aspects of life. We lived in a very nice old villa built by the French during the early part of the 20th century and rented by the Australian government. This house with French shutters in tree-lined Ly Thuong Kiet street, five minutes from the old quarter of Hanoi, proved to be an excellent meeting place.

People liked coming there and besides the many government officials who came as part of my husband's work, we also used to invite foreigners to meet with Vietnamese from all walks of life. People have many talents and often hidden attributes and you never know what creative projects and possibilities emerge when you bring them together. I am so pleased that it was at such a gathering that Brenda Sunoo and Ton Thi Thu Nguyet met and struck up a friendship that amongst other things has resulted in the creation of this wonderful book.

Sometimes you meet people with whom you feel an immediate affinity and for me that was the case with both authors of this book. They are both intelligent women with big hearts, easy to tears and easy to laughter. To me the choices of photos and proverbs, poem lines and song lines in this book reflect something of the serenity at which both of these women have arrived.

Confucius is often quoted as having said that "a picture paints a thousand words." I can contemplate Brenda's photos for hours and let many stories wander through my mind. With the added stimulus of proverbs and song lines that express deep-seated Vietnamese perceptions of life, you get an insight into this old agrarian culture that has been part of Nguyet's history. In putting together the photos, the proverbs and song lines Brenda and Nguyet tell a poetic story that sees deeper than a multitude of words.

Lona Thwaites *
Canberra, Australia
February 2009

* Writer and wife of former Australian Ambassador to Vietnam (2002-2005)

Lời tựa

Trong suốt ba năm sống ở Hà Nội vào thời kỳ đầu của thế kỷ này, điều làm tôi xúc động hơn tất cả là phẩm chất của những người Việt Nam mà tôi đã gặp.

Người Việt nam với bản tính ngoan cường, thông minh và khéo léo luôn có khả năng tìm được nhiều giải pháp cho mọi vấn đề trong khi đó những dân tộc khác có thể sẽ phải đầu hàng. Tôi đã bắt gặp vẻ hiền dịu và lòng thiện chí ngay cả khi họ cười nhạo một điều vô lý đến ngu xuẩn mà tôi thường cảm thấy như đấy chính là tính cách quý báu đã giúp họ vượt qua những thời kỳ khó khăn nhất trong lịch sử.

Một trong những điều thú vị nhất trong những năm tháng sống ở Việt Nam của tôi là đi xe đạp dọc theo các ngóc ngách ở khu phố cổ Hà Nội khi bình minh vừa hé rạng. Tôi rất thích mùi thơm của những lá rau bạc hà, rau mùi và tất cả các loại rau thơm khác vừa mới được cắt ở vườn lên để làm cho các món ăn thơm ngon hơn. Tất nhiên ai cũng biết đặc sản của Hà Nội là phở gà hoặc phở bò dậy mùi hoa hồi bốc ra từ cái nồi thật to trong những quán phở bên lề đường. Mọi người đi làm thường hay dừng chân ở đây để gọi một bát phở nóng ngon lành trước khi ngồi xuống những chiếc ghế dài bằng gỗ hoặc ghế nhựa con. Vào những buổi sáng như vậy, tôi thường hay dựa chiếc xe đạp của mình vào một gốc cây bên đường rồi ghé qua chào hỏi những người bạn sống trong những căn hộ chật hẹp ở khu phố cổ này. Chúng tôi có lúc đùa cợt với nhau, có lúc trao đổi những thông tin mới biết, mời nhau cốc chè tươi rồi cùng nhau đến một quán phở ngon nhất để làm một bát cho thỏa thích. Một trong những người bạn này là cô giáo Tôn Thị Thu Nguyệt.

Đối với tôi đây là cuộc sống thật và là phần bổ sung đầy thú vị cho cuộc đời mình. Nó hoàn toàn ngược lại với phong cách ngoại giao rất hình thức và rập khuôn. Nhưng cũng phải nói là nhờ có nghề ngoại giao mà chồng tôi và gia đình mới được cử sang Việt Nam. Tôi luôn luôn cố gắng làm hài hòa hai khía cạnh khác nhau của cuộc đời một nhà ngoại giao với một cuộc đời thường. Gia đình chúng tôi sống trong một tòa biệt thự cổ rất đẹp được xây từ thời Pháp thuộc vào đầu thế kỷ thứ hai mươi do chính phủ Úc thuê. Tòa biệt thự này nằm trên phố Lý Thường Kiệt với hai hàng cây xanh bên đường, chỉ cách trung tâm Hà Nội năm phút, rất tiện cho mọi cuộc gặp gỡ.

Mọi người rất thích tụ tập ở nơi này, ngoài các cán bộ cấp cao của chính phủ đến đây với tư cách là cộng sự với chồng tôi, chúng tôi còn mời nhiều khách nước ngoài và khách Việt Nam từ các địa vị khác nhau trong xã hội. Có nhiều người rất tài ba và thường có những khả năng tiềm ẩn mà chỉ có thể khai thác được khi họ có cơ hội gặp nhau và chia sẻ với nhau để từ đó nảy ra được những công trình đầy ý nghĩa và sáng tạo. Tôi thật sự vui mừng là nhà văn - nhà báo Brenda Paik Sunoo và cô giáo Tôn Thị Thu Nguyệt đã quen nhau trong những cuộc gặp gỡ như vậy. Tình bạn giữa hai người càng ngày càng thắm thiết và họ đã có chung một ý tưởng cùng nhau sáng tác cuốn sách tuyệt hay này.

Đôi khi chỉ cần mới gặp một người nào đó lần đầu tiên là bạn đã có thể nhận ra ngay được sự đồng cảm với con người ấy. Điều này cũng xảy ra với tôi khi gặp hai đồng tác giả của cuốn sách này. Họ là những phụ nữ thông minh, giàu lòng nhân ái, luôn luôn chia sẻ mọi buồn vui cùng tất cả mọi người. Theo tôi, việc lựa chọn những bức ảnh và những câu ca dao tục ngữ, những vần thơ, những điệu hát dân ca trong cuốn sách này phản ánh được một thế giới yên bình mà cả hai người phụ nữ này đã cùng tìm đến.

Những người theo đạo Khổng thường hay có câu: "Một bức tranh vẽ nên ngàn lời" Tôi có thể ngắm nhìn những bức ảnh của Brenda hàng giờ và hình dung ra không biết bao nhiêu câu chuyện trong đầu. Thế rồi đọc tiếp những lời chú dẫn cho từng bức ảnh mà Nguyệt đã chọn lọc và dịch sang tiếng Anh, tôi càng thấy sự am hiểu về cuộc sống của con người Việt Nam thật là uyên thâm. Bạn có thể cảm nhận được sự ảnh hưởng sâu sắc của văn hóa đồng ruộng mà nó đã thể hiện phần nào trong câu chuyện của cuộc đời Nguyệt.

Trong khi lồng ghép những lời chú vào những bức ảnh với nhau, Brenda và Nguyệt đã như kể lại một câu chuyện thật nên thơ và sâu sắc hơn nhiều so với việc viết ra cả muôn ngàn câu chữ.

Lona Thwaites *

Canberra, Australia

Tháng 2 năm 2009

* Nhà văn và là phu nhân nguyên Đại sứ Úc tại Việt Nam nhiệm kỳ 2002-2005

추천의 글

21세기로 접어들고 베트남에서 살았던 3년 동안, 내게 다른 무엇보다도 큰 감동을 주었던 것은 내가 만난 베트남 사람들의 모습이었다.

그들은 다른 사람이라면 포기했을 법한 일에도 반드시 해결책을 찾아내고야마는 끈기와 창의력을 지닌 사람들이었다. 부조리한 상황에도 아랑곳하지 않는 기품과 여유, 이것이 숱한 역사의 질곡을 헤쳐나올 수 있었던 베트남인 특유의 비결이었음을 나는 알 수 있었다.

베트남에서 지낸 3년 동안 가장 좋아했던 일 중 하나는 동틀 녘에 자전거에 올라 하노이 구 시가지의 좁은 거리를 달리는 것이었다. 나는 베트남 요리에 많이 들어가는 고수와 박하, 그 외 갖 따낸 온갖 풀들에서 풍기는 신선한 향을 참 좋아했다. 길가 문간마다 놓인 커다란 솥에는 하노이의 별미, 닭고기 또는 쇠고기가 들어간 '포' 요리가 붓순나무 향을 풍기며 보글보글 끓고 있었는데, 출근길 시민들은 여기서 발걸음을 멈추고 맛있는 국물 한 사발을 사서 받아 들고 나지막한 나무 벤치나 둥그런 플라스틱 의자에 앉아 아침식사를 즐겼다. 이런 아침이면, 나는 자전거를 나무 옆에 세워두고, 구 시가지의 작은 아파트에 사는 친구들을 찾아 다니며 안부를 나누곤 했다. 우리는 우스개 소리나 뉴스 이야기를 나누면서, 녹차를 함께 마시거나, '포'를 먹으러 단골집으로 향하기도 했다. 그런 친구들 중 하나가 바로 돈 티 투 응엣이었다.

내게는 이런 시간들이 생활의 활력소였다. 남편과 우리 가족을 호주에서 베트남으로 오게 한 외교관으로서의 공식적인 생활은 틀에 박히고 지루한 것이었는데, 이런 시간들이 고맙게도 보완하는 역할을 해주었다. 나는 이질적인 생활의 두 요소를 조화시키려고 무던히 노력했다. 우리 가족이 살던 곳은 20세기 초반에 프랑스인들이 지은 근사한 저택이었는데, 호주 정부에서 인대를 한 것이었다. 프랑스 식 셔터가 달려있던 이 집은 가로수가 우거져 있는 리 트엉 키엣 거리에 있었는데 하노이 구 시가지로부터 5분 거리였기 때문에 모임을 갖기에 안성맞춤이었다.

사람들은 우리 집에 오는 걸 좋아했다. 남편의 일과 관련해서 방문하는 베트남 정부 인사들뿐 아니라 베트남 거주 외국인들과 각계각층의 베트남 사람들을 초대해 서로 만날 수 있는 기회를 만들곤 했다. 사람들은 제각기 다른 재능과 숨은 특기를 가지고 있어서 이들이 함께 모였을 경우 어떤 창의적인 프로젝트와 기회가 생겨날 지 알 수 없기 마련이다. 이러한 모임 속에서 브렌다 선우와 돈 티 투 응엣이 만나 친구가 되고, 이어 벌어진 여러 다른 일들 가운데서도 이 멋진 책이 출판된다는 사실이 내게는 아주 큰 기쁨이다.

때때로 만나자마자 즉각 마음이 통하는 사람들이 있다. 이 책의 두 저자가 바로 그런 사람들이다. 그녀들은 넉넉하고 따뜻한 마음을 지닌 지성인들이다. 쉽게 웃음보를 터트리기도 하고 쉽게 눈물을 글썽이기도 한다. 이 책에 실린 사진과 속담, 싯귀와 노래 구절을 보면 그녀들이 삶의 우여곡절 끝에 도달한 고요한 마음의 경지가 반영되어 있는 것을 느낄 수 있다.

공자는 "그림 하나가 천 마디 말을 한다"고 했다. 브렌다의 사진을 들여다 보고 있으면 마음 속에서 여러 가지 이야기들이 떠오른다. 사진에 곁들여져 있는 속담과 노래 구절은 베트남 사람들의 의식 깊숙이 자리 잡고 있는 삶에 대한 성찰을 보여주는데, 이를 통해 독자들은 응엣이 살아온 유구한 농경문화에 대한 통찰을 얻을 수 있을 것이다. 사진과 속담, 노랫말들을 한데 묶음으로써, 저자들은 백 마디 말보다 더 큰 울림을 지닌 시적인 이야기들을 들려주고 있다.

2009년 2월
로나 쓰웨이츠 *

*로나 쓰웨이츠는 호주 대사였던 남편을 따라 2002년부터 2005년까지 베트남에 거주했다.
작가로 활동하며 지금은 호주 캔버라에 살고 있다.

Notes

Ca dao (Folk poems)

Ca dao are Vietnamese folk poems with short lyrics, transmitted by word of mouth and sung without any instruments. It is an oral tradition that has lasted for hundreds of years.

Ca dao là những bài văn vần ngắn do nhân dân sáng tác tập thể, được lưu truyền bằng miệng và được phổ biến rộng rãi trong nhân dân từ đời này sang đời khác. Thường người ta chỉ ca hoặc hát mà không cần nhạc cụ gì. (Theo định nghĩa ở trang 31 trong "Tục ngữ Ca dao, Dân ca Việt nam của Vũ Ngọc Phan - nhà xuất bản Van học - 2007)

'까자오'는 베트남의 민속시를 뜻하는데 짧은 가사가 특징이다. 구전된 형태로 전해 내려와 악기 없이 노래로 수백년간 불려져 왔다.

Tục ngữ (Proverb)

Tục ngữ is a simple and concrete saying popularly known and repeated, which expressed a truth, based on common sense or the practical experience of humanity. They are often metaphorical.

Tục ngữ là những câu có vần điệu được đúc kết bởi kinh nghiệm của nhiều người có ý nghĩa nhận xét hay phê phán về luân lý đạo đức của con người.

(Theo định nghĩa ở trang 28 trong "Tục ngữ Ca dao, Dân ca Việt nam của Vũ Ngọc Phan - nhà xuất bản Van học - 2007)

'뚝응으'는 단순하고 구제석인 격언을 뜻하는 것으로 여러 사람들에게 널리 알려시고 뇌풀이해서 쓰여신나. 상식이나 실제 경험에 바탕을 둔 진리를 명쾌하게 설파하기도 하며, 대개는 은유적이다.

Thành ngữ (Idiom)

Thành ngữ is a term or phrase whose meaning cannot be deduced from the literal definitions, but refers instead to a figurative meaning that is known only through common use.

Thành ngữ là một phần câu sẵn có, nó là một bộ phận của câu mà nhiều người quen dùng, nhưng tự riêng nó không diễn đạt được một ý trọn vẹn.

(Theo định nghĩa ở trang 27 trong "Tục ngữ Ca dao, Dân ca Việt nam của Vũ Ngọc Phan - nhà xuất bản Van học - 2007)

'탄응으'란 어떤 단어나 귀절이 본래의 뜻을 의미하는 게 아니라 통상적으로 널리 쓰이면서 정착된. 비유적 의미를 지니게 된다.

Dân ca (Folk songs)

Dân ca are folk songs that are traditional, understandable and heart-to-heart with the people.

Dân ca là bài ca có tính cách dân tộc, dễ hiểu và hợp với tâm tình đơn giản của nhân dân.

(Theo định nghĩa trong tập "Tục ngữ, Ca dao và Dân ca Việt Nam" của cụ Trần Ngọc Ngải. Chicago. Illinois, USA 1997)

'잔까'는 전통적이고, 이해하기 쉬우며, 정서적으로 친근한 민요를 일컫는다.

CAT.FA.8.TONG
0906131000

여성성과 고독

Femininity and Solitude

Dịu dàng và yên ả

Black eyes like longan seeds.

Mắt đen như hạt nhãn.

아기의 눈은 용안*씨앗처럼 반짝거리네

---

* 龍眼: 열대성 과일. 투명한 과육에 검은 씨가 용의 눈처럼 보인다고 해서 붙여진 이름.

**Dragonfly, you have wings, fly away!
Lest a small child catches you.**

Chuồn chuồn có cánh thì bay!
Có thằng nho nhỏ đi sau bắt mày.

날아가렴, 잠자리야!
아이에게 붙잡히지 말고

Folk poem

**The scarf you wear on your head,
Spring winds blow into my hand.**

Chiếc khăn em đội trên đầu,
Gió xuân đưa nhẹ lọt vào tay anh.

당신이 머리에 쓴 스카프
내 손 안에 감기며 불어오는 봄바람

Folk poem

26

Ah, the landscape also loves people?
Whoever views them is stunned.

Ô hay! Cảnh cũng ưa người nhỉ?
Thấy cảnh ai mà chẳng ngẩn ngơ.

아, 풍경마저 그들을 사랑하는 걸까?
보는 이마다 모두 넋을 잃는구나

Poem lines have interestingly been attributed to two different
poets: "Autumn Landscape" by Ho Xuan Huong and "Autumn
Afternoon Landscape" by Madame Huyen Thanh Quan.
Trích từ bài thơ "Chiều Thu" của Hồ Xuân Hương, và bài
"Cảnh Chiều Thu" của Bà Huyện Thanh Quan.
이 싯귀는 흥미롭게도 다른 두 시, 호 슈안 후옹의 "가을 풍경"과
후엔 탄 콴 어사의 "가을 오후 풍경"에 실려 있다.

A smile is worth 10 doses of herbal medicine.

Một nụ cười bằng mười thang thuốc.

함박웃음은 보약 열첩

Proverb

Old mother's silver hair is like silk
When her back aches, her children hold
When her eyesight fails, they feed.

Mẹ già tóc bạc như tơ
Lưng đau con đỡ mắt lờ con nuôi.

백발머리 비단처럼 곱게 늙으신 어머니
허리가 아프시면 아이들이 부축해 드리고
눈이 잘 안보이시면 아이들이 진지 드시도록
도와준다네

Folk poem

Awaiting mommy's return from the market.

Mong như mong mẹ về chợ.

장에 가신 엄마는 언제 오실까?

Pieu scarf with pink thread
Blowing in the wind.
Where does it go?

Chiếc khăn Piêu thêu chỉ hồng
Để gió cuốn bay về đâu?...

분홍실로 짠 '퓨' 스카프가 바람에 날리네
어디로 날려가려는지?

Song lines from "Pieu scarf" by Doan Nho, developed from folk song of Xá ethnic minority group
Trích từ bài hát "Chiếc khăn Piêu" của Doãn Nho phát triển từ dân ca Xá
도안 노의 시 "퓨 스카프"의 한 구절. 소수민족인 싸족의 민요에서 따옴

**Time flies as quickly as a shuttle,
It goes on forever, waiting for no one.**

Thời gian thấm thoắt thoi đưa,
Nó đi đi mãi không chờ đợi ai.

시간은 베틀의 북처럼 쏜살같이 흘러버리지
영원히 가버리네, 아무도 기다려 주지 않고

Folk poem

Good to be shown, bad to be covered.

Tốt đẹp phô ra, xấu xa đậy lại.

좋은 일은 드러내 보이고
나쁜 일은 덮어야지

**Yesterday she returned from the city
Field fragrances faintly blown away.**

Hôm qua em đi tỉnh về
Hương đồng gió nội bay đi ít nhiều.

어제 그녀는 도시에서 돌아왔네
들녘을 감돌던 향기는 바람에 실려 아득히 사라져 버렸구나

Poem lines from "Field Breeze and Field Fragrance" by Nguyễn Bính, set to music by Song Ngọc
Trích từ bài thơ "Hương đồng gió nội" của Nguyễn Bính. Đã được Song Ngọc phổ nhạc
쏭 녹의 음악에 맞춘 구엔 빈의 시, "들녘을 감싸안은 산들바람과 향기의 한 구절

"Whether Vietnam can march side by side with other superpowers of the world depends much on your learning efforts…"

"Nước Việt Nam ta có sánh vai với các cường quốc năm châu được hay không, một phần lớn là nhờ công học tập và rèn luyện của các cháu…"

"베트남이 세계의 열강들과 어깨를 나란히 할 수 있을 지 여부는 그대들이 가진 배움의 의지에 달려 있을지니…"

Ho Chi Minh – Letter to pupils, 1946
thư Chủ tịch Hồ Chí Minh viết cho học sinh năm 1946
학생들에게 보내는 호치민의 편지에서, 1946

**Bamboo is attractive only when planted by the temple.
Meanwhile, standing alone I am still charming.**

Trúc xinh trúc mọc đầu đình,
Em xinh em đứng một mình vẫn xinh.

대나무는 사원 옆에 있어야 제 멋이지만
나는 홀로 서 있어도 멋진 걸

Folk poem

**My fate is like that of raindrops,
Some fall into a well; others, a flower garden.**

Thân em như hạt mưa rào,
Hạt rơi xuống giếng hạt vào vườn hoa.

내 운명은 빗방울 같아
우물 속으로 떨어질 지 꽃밭에 내릴 지 알 수 없잖아

Folk poem

Who says tending buffaloes is hard? It's quite a joy!

Ai bảo chăn trâu là khổ?
Chăn trâu sướng lắm chứ!

물소를 돌보는 게 힘든 일이라고?
내겐 너무 재밌기만 해

Song lines from "A countryside child" by Phạm Duy
Trích từ bài ca đồng nội "Em bé quê" của Phạm Duy
팜 두이의 노래, "시골 아이"에서

**Climb a mountain to know its height,
Raise a child to treasure one's parents.**

Lên non mới biết non cao,
Nuôi con mới biết công lao mẹ hiền.

오르기 전엔 높은 산인지 알기 어렵고
아이 키워보기 전엔 부모 귀한 줄 모르는 법

Folk poem

**My hands are my small fortune,
I offer them together with my life.**

Bàn tay em gia tài bé nhỏ,
Em trao anh cùng với cuộc đời em.

내 두 손은 내 하찮은 재산이지만
두 손과 내 삶 전부를 당신께 드릴께요

Poem lines from "My Hands" by Xuan Quỳnh
Trích từ bài thơ "Bàn tay em" của nhà thơ Xuân Quỳnh
슈안 쿠인의 시 "내 손"에서

Femininity and Solitude

**Winning should not breed arrogance,
Losing should not dishearten.**

Thắng không kiêu,
Bại không nản.

이겼다고 오만해선 안되듯이
졌다고 낙담할 필요도 없죠

Idiom

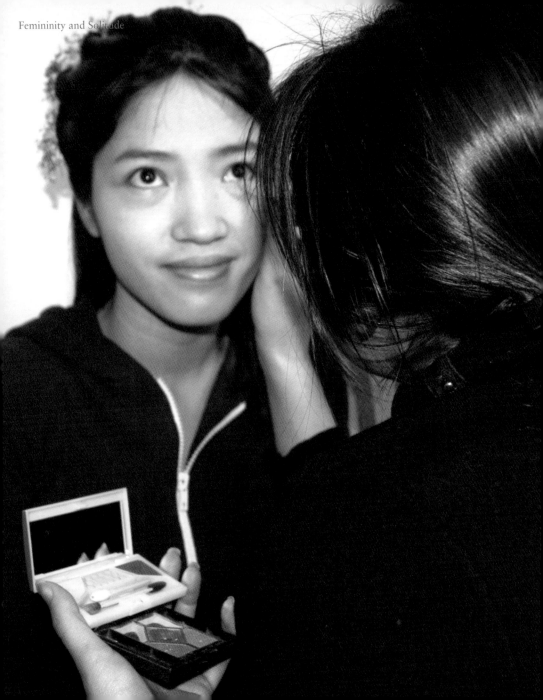

Appearance attracts the eyes,
Charm attracts the heart.

Sắc đẹp làm vui mắt,
Sự dịu hiền thu hút lòng người.

아름다운 외모는 눈으로 들어오고
어여쁜 마음씨는 마음으로 다가온다

idiom

This year I have grown,
I'm not as little as when I was five.
Look at the sky, it's not so far away.
Look at the stars, they're close to my hands.

Năm nay em lớn lên rồi,
Không còn nhỏ xíu như hồi lên năm.
Nhìn trời, trời bớt xa xăm.
Nhìn sao, sao cách ngang tầm cánh tay.

올 해 난 많이 컸어
이젠 다섯 살 때처럼 어리지 않아
하늘은 예전처럼 그리 멀리 있지 않고
별들도 내 손에 잡힐 듯 한 걸

Poem lines from "I've Already Grown" by Tran Dang Khoa
Trích từ bài "Em lớn lên rồi" của Trần Đăng Khoa
트란 당 코아의 시 "난 벌써 다 컸어요"에서

Biting the stem of evening,
Winds blow fiercely in four directions.

Cắn giập cuống chiều
Bốn bề gió thốc.

저녁의 허리를 한 입 깨물면
바람은 사방에서 마구 불어온다네

from the poem "Solar Eclipse" by Vi Thuy Linh
Trích từ bài thơ "Nhật thực" của Vi Thùy Linh
비 투이 린의 시, "일식"에서

Your fragrance is like flowering pomelo,
Embalming my heart, soothing my days.

Hương em như hương bưởi trên cây,
Ngẩm tận tâm can dịu tháng ngày.

그대 향기는 피어나는 자몽꽃처럼
내 가슴을 어루만지고, 고통의 날들을 달래 주네

Anonymous

함께

Together

Mối giao hoà

Live healthily to be 100 together.

Bách niên giai lão.

백년해로

Searching for Hanoians in the city,
Where are they? Strange dialects shriek
Louder than the din of traffic.

Đi tìm người Hà Nội trong thành Hà Nội,
Người cũ đi đâu, âm ngọng líu rát tai xe cộ.

하노이 사람들은 어디에 있지?
이상한 사투리들이 뒤섞여
교통 소음보다 더 시끌벅적하군

Poem lines from "Hanoi Lovetalk" by Vi Thuy Linh
Trích từ bài thơ "Tình Tự Hà Nội" của Vy Thủy Linh
비 투린의 시 "하노이의 사랑 이야기"에서

Once a fine-looking cock has been sent to fight,
It is not necessary to keep its cage.

Gà kia tốt mã tốt lông,
Đã đem đi chọi giữ lồng làm chi.

잘 생긴 수탉 한마리, 언젠가 닭싸움하러 보냈더니
이젠 닭장을 놔둘 필요가 없어져 버렸어

Select a wife by her family background, A husband by his sexual prowess.

Lấy vợ chọn tông,
Lấy chồng chọn giống.

아내는 가문을 보고 골라야 하지만
남편은 성적 능력을 보고 골라야 해

Proverb

75

**A loving couple can
empty the Eastern Sea.**

Thuận vợ thuận chồng tát biển Đông cũng cạn.

서로 사랑하는 부부에겐
동해 바닷물을 몽땅 들어내고도
남을 힘이 있다고들 하지

Proverb

A man of intelligence,
A woman of beauty.

Trai tài,
Gái sắc.

지성을 갖춘 남자
미모를 갖춘 여자

What father gives us is
like the Great Mountain,
What mother gives us is
like water from a pristine source.

Công cha như núi Thái Sơn,
Nghĩa mẹ như nước trong nguồn chảy ra.

아버지의 사랑은 큰 산 같고
어머니의 사랑은 청정한 샘물 같다

Folk poem

Straw near the fire will soon burn.

Lửa gần rơm lâu ngày cũng bén.

불 옆에 놓인 볏짚은 불붙기 십상

Chew betel, begin a story.

Miếng trầu là đầu câu chuyện.

베텔 잎사귀를 씹으며 이야기 보따리를 끌러보자

Sleep deliciously!

Chúc ngủ ngon!

꿀잠 되세요!

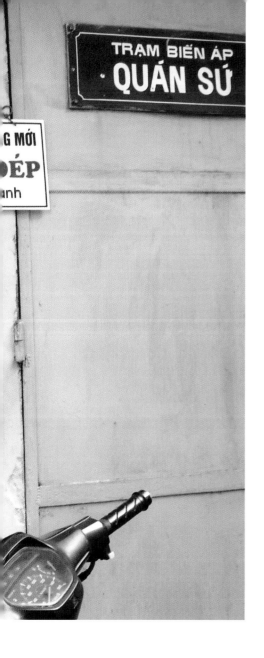

One's fate is linked to another.

Số phận chiếc này phụ thuộc chiếc kia.

짚신도 짝이 있지

Eat something bland, sympathize with the cat.

Có ăn nhạt mới thương đến mèo.

수수한 음식을 먹으면 고양이와 마음이 잘 통하는 법

Idiom

---

* 역주: 식탐을 내지 않고 음식을 조금씩 나눠 먹는 습성 때문에 베트남에서 고양이는 소박한
식생활의 대명사로 여겨진다.

**You are like a passing breeze,
So young that it hurts an old leaf.**

Em như con gió thổi qua ngang,
Trẻ đến làm đau cả lá vàng.

너는 지나가는 산들바람
너무도 싱싱한 너의 젊음에 늙은 잎사귀는 신음하네

Poem lines from "The Autumn Feeling" by Vân Long
Trích từ bài thơ "Thu Cảm" của nhà thơ Vân Long
반 롱의 시 "가을 느낌"에서

Eat new rice, share old stories.

Ăn cơm mới, nói chuyện cũ.

밥은 햅쌀로 지어야 좋지만, 이야기는 옛 이야기가 최고

Idiom

I miss you from the time your hair flowed like a stream.

Nhớ em từ độ thướt tha suối thề.

그대의 머리칼이 냇물처럼 흘러내릴 때부터 그대가 그리웠네

Poem lines from "Far-away hair" by Dinh Hung
Trích từ bài thơ "Mái tóc viễn phương" của Đinh Hùng
딘 훙의 시 "꿈꾸는 머리칼"에서

**Go away for one day,
Learn a basket of knowledge.**

Đi một ngày đàng,
Học một sàng khôn.

멀리 나가 하루를 보내고
광주리 가득 지식을 담아 오너라

Proverb

We are like a sparked flame,
A newly-risen moon,
A brightly-wicked lamp.

Đôi ta như lửa mới nhen,
Như trăng mới mọc, như đèn mới khêu.

우린 타오르는 불꽃
갓 돋아난 초승달 같기도 하고
밝게 타오르는 램프이기도 해

Folk poem

일

Work

Lao động

Oh my Land! Nurtured by
blood of tillers,
Why I see just grass spreading
forever?

Đất đai ơi! Đất nhuốm máu dân cầy,
Sao chỉ thấy cỏ ngút ngàn năm tháng?

오, 김매는 이들의 피땀이 서려 기름진 땅이여!
내 눈엔 왜 잡초 밖에 안 보이는 거지?

Poem lines from "My Country" by Nguyen Viet Chien
Trích từ bài "Quê hương tôi" của Nguyễn Việt Chiến
비엣 치엔의 시 "나의 조국"에서

Feet and hands full of mud.

Chân lấm tay bùn.

흙투성이가 된 손 발

Proverb

**Legs sink into the mud,
Hands plant young seedlings.**

Chân lội dưới bùn, tay cấy mạ non.

다리는 벼논의 흙물 속에 담그고
손으로 어린 모를 심는다

Poem lines from "Dear Mama" by To Huu
Trích từ bài thơ "Bầm ơi" của Tố Hữu
토 후의 시 "사랑하는 어머니께"에서

**Selling one's face to the earth,
One's back to the sky.**

Bán mặt cho đất,
Bán lưng cho trời.

얼굴은 땅에다 팔고
등은 하늘에 내다 팔았네

Proverb

What a hard life I lead.
Morning to the rice field,
Afternoon to the mulberry field.
No time to comb my hair, nor chew betel.

Thân em vất vả trăm bề,
Sớm đi ruộng lúa chiều về ruộng dâu.
Có lược chẳng kịp chải đầu,
Có cau chẳng kịp têm trầu mà ăn.

사는 게 왜 이리 고단하지
아침엔 벼논에
오후엔 뽕나무밭에 가야해
머리 빗을 시간도 없고, 베텔 잎사귀 씹을 시간도 없구나

Folk poem

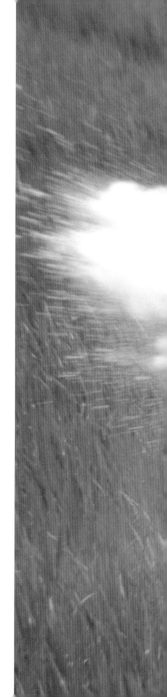

**Knowledge is not as good
as a skillful hand.**

Trăm hay không bằng tay quen.

지식보다는 솜씨 좋은 손이 훨씬 나은 법

Idiom

Holding a full bowl of rice,
Appreciate the bitter life remaining
Within one fragrant sticky grain.

Ai ơi bưng bát cơm đầy
Dẻo thơm một hạt đắng cay muôn phần.

밥 한 그릇
그 향기로운 밥알에 담겨진
노고에 고마워하네

Folk poem

One golden paddy seed,
Nine drops of sweat.

Một hạt thóc vàng chín giọt mồ hôi.

황금 빛 볍씨 하나에
땀 아홉 방울

Folk poem

Even with a full rice crop,
Don't scorn the maize and sweet potato.

Được mùa chớ phụ ngô khoai.

쌀 풍년이라고
옥수수 고구마 몰라 마라

Proverb

**Birds in the sky, fish in the water.
Whoever catches them shall eat.**

Chim trời cá nước ai được thì ăn.

하늘에는 새, 물 속에는 물고기
뭐든 잡는 사람이 먹게 된다

Folk poem

**Be patient fishing for a field crab,
Despite others fishing for eel.**

Hãy cho bền chí câu cua,
Dù ai câu chạch câu chình mặc ai.

남들이야 장어를 잡거나 말거나
뺄뺄 기어다니는 게를 잡으려면 참을성이 있어야죠

Folk poem

There is a rose of olden days,
Dropping beside my life.
A dash of love shoots like a breeze,
Suddenly, I recognize me.

Có nụ hồng ngày xưa rớt lại,
Bên cạnh đời tôi đây.
Có chút tình thoảng như gió vội,
Tôi chợt nhìn ra tôi.

그 옛날 장미 한 송이, 내 곁에 뚝 하고 떨어진 날
사랑은 한 줄기 바람처럼 내달렸지
문득 나는 알았어, 내가 누군지를

Song lines from "Like the Word Good-bye" by Trinh Cong Son
Trích trong bài hát "Như một lời chia tay" của nhạc sỹ Trịnh Công Sơn
콩 쏜의 노래 "굿바이라는 말처럼"에서

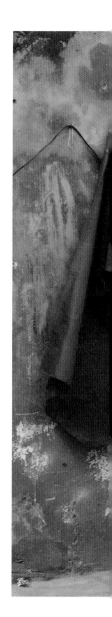

One job with dignity is better than
nine or ten without.

Một nghề cho chín còn hơn chín mười nghề.

떳떳한 일자리 하나
떳떳치 못한 일자리 열개 보다 낫지

Proverb

A bulk of silkworm.

Trăm mối tơ vò.

누에고치 실 한 뭉치

Idiom

While eating breakfast, one worries about dinner.

Ăn bữa sáng lo bữa tối.

아침을 먹을 때 벌써 저녁밥 걱정이 시작되네

A bowl of sweat for a bowl of rice.

Đổi bát mồ hôi lấy bát cơm.

땀 한 보시기 흘려야
밥 한 사발 먹는 거지

Folk poem

Willful threads create embroidery,
Willful steel produces needles.

Chỉ thêu nên gấm, sắt mài nên kim.

질긴 비단실은 자수가 되고
질긴 쇠는 바늘이 되네

Folk poem

"We are moving from things
serving man to man serving things."

"Chúng ta đang đi từ chỗ vật chất phục vụ con
người đến chỗ con người phục vụ vật chất."

물건이 인간을 섬기는 시대에서
인간이 물건을 섬기는 시대로 옮겨가고 있다

Trinh Lu - in a debate on development
Trích lời bình trong bài thảo luận về vấn đề phát triển của Trịnh Lữ
개발을 주제로 한 토론에서 나온 '트린 루'의 발언에서

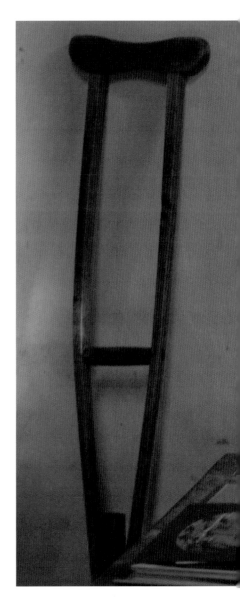

Disabled, but not useless.

Tàn nhưng không phế.

장애일 뿐 쓸모 없는 존재는 아니다

President Ho Chi Minh's statement
Danh ngôn của Chủ tịch Hồ Chí Minh
호치민 전 국가 주석 어록에서

Union is strength.

Đoàn kết là sức mạnh.

뭉치면 산다

President Ho Chi Minh's statement
Danh ngôn của Chủ tịch Hồ Chí Minh
호치민 전 국가 주석 어록에서

I love you not for your earnings,
But for your manners, charm and gentility.

Mê anh chẳng phải vì tiền,
Thấy anh lịch sự có duyên dịu dàng.

당신을 사랑하는 건 돈을 잘 벌어서가 아니죠
점잖은 매너와 타고난 매력,
그리고 부드러운 세련미 때문이랍니다

Folk poem

Hundred coins for a smiling face.

Trăm quan mua lấy miệng cười.

웃는 얼굴은 백냥!

Folk poem

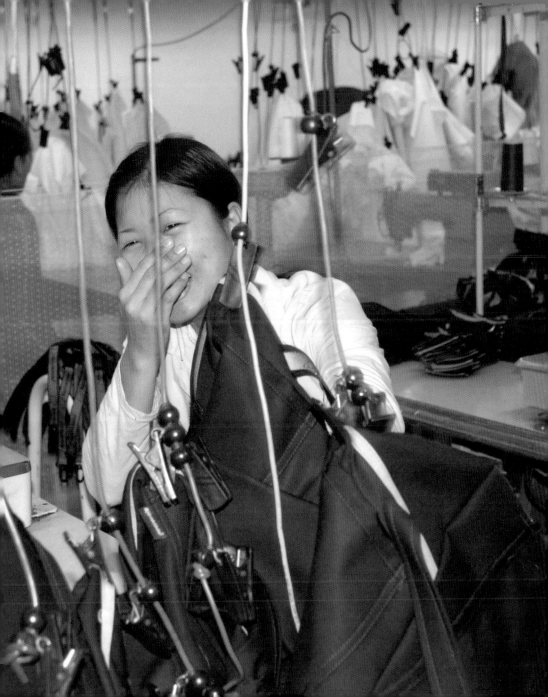

Thinking of
The endless Universe
I am suddenly aware
The sun is very small.

Nghĩ về
Vô cùng vũ trụ
Em bất giác
Thấy mặt trời nhỏ bé.

끝없이 펼쳐진 우주를 생각하다 보면
태양이 얼마나 작은지를 불현듯 깨닫게 되자

Poem lines from "Not knowing" by Huong Nghiem
Trích từ bài thơ "Không Biết" của Hương Nghiêm
흐응 느깸의 시 "알지 못하는 것"에서

**Hey you in the middle of the field.
No birds in sight, you sadly stand alone.**

Ông ơi, ông đứng giữa trời,
Con chim không đậu ông buồn đứng im.

어이, 들판 한 가운데 있는 그대
새 한 마리 보이지 않는데 홀로 외롭게 서있군

Folk poem

Nylon bags thrown everywhere I walk,
Garbage to the world, gold to me.

Ni-lông túi vứt ngập đường,
Với người là rác với ta là vàng.

발길에 채이는 나일론 봉지는
세상엔 한낱 쓰레기, 내게는 금덩어리

Quote by a Vietnamese garbage tycoon
trích dẫn lời của một người chuyên làm nghề bán rác
쓰레기 재활용 재벌의 말

Mickey and Minnie arrive in Vietnam.

Mickey và Minnie đến với Việt Nam.

미키와 미니, 베트남에 상륙하다

———

놀이

Play

Vui chơi

One, two, three,
What've you got?
I've got this!

Một – hai – ba mày ra cái gì?
Tao ra cái này!

하나, 둘, 셋
넌 뭐야?
난 이거야

I'm still a child,
knowing nothing about courtship,
Let me call my sister,
Who has grown up and known it.

Tuổi tôi còn bé, chưa từng nguyệt hoa,
Tôi về gọi chị tôi ra,
Chị tôi đã lớn, nguyệt hoa đã từng.

나는 아직 어려서 구애가 뭔지 몰라요
울 언니를 부를께요
언니는 그게 무엇인지 알거든요

Folk poem from northern mountain area

Green or red—who will win
the race on the lake?

Ai quân xanh quân đỏ
Lúc tàn cuộc bên hồ.

녹색팀과 적색팀 중 누가 누가 잘하나?

Anonymous

My friends in clusters of five and seven,
Swim like birds in the middle of the river,
I open my arms to hug water into my heart,
The river widens its flow to hug me as well.

Bạn bè tôi đứa tụm năm tụm bảy,
Bầy chim non bơi lội giữa dòng sông,
Tôi đưa tay ôm nước vào lòng,
Sông mở nước ôm tôi vào dạ.

대여섯 명의 친구들과 새떼처럼 강물 속을 자맥질한다
나는 두 팔 벌려 가슴에 강물을 안고
강물도 제 품 열어 날 안아준다

Poem lines from "Longing for the River of my Homeland" by Te Hanh
Trích từ bài thơ "Nhớ con sông quê hương" của nhà thơ Tế Hanh
테 한흐의 "내 고향의 강을 그리워하며." 에서

Young rabbit wearing bifocals.

Thỏ non đeo kính lão.

이중 초점 안경을 쓴 어린 토끼

At first, clumsy,
Later, skillful.

Trước có vụng rồi sau mới khéo.

맨 처음엔 서툴지만
나중엔 선수

Soccer, shuttle cock,
Jump rope, marbles,
Play hide-and-go-seek,
Tempting and appealing!
Still, I dare not join.

Đá bóng với đá cầu,
Nhảy dây bắn bi trốn tìm,
Ôi hấp dẫn tuyệt vời!
Nhưng mà em hổng dám đâu.

축구, 배드민턴, 줄넘기,
구슬치기, 술래잡기,
재밌고 신나 보여
그런데도 나는 끼어들지 못하겠어

Song lines from "Hong Dam Dau" composed by Pham Trong Cau.
Trích từ bài hát "Hổng dám đâu" của nhạc sỹ Phạm Trọng Cầu.
팜 쫑 꺼우의 노래 "홍 잠 더우"에서

Music, chess, poetry, painting
Four pleasures of life.

Cầm kỳ thi họa, tứ khoái.

음악, 장기, 시, 그림 그리기
사람 사는 즐거움 네 가지

**Tet Tet Tet Tet is coming round,
Beaming from everyone's heart.**

Tết tết tết tết đến rồi,
Tết đến trong tim mọi người.

설, 설, 설, 설이 다가 오네
우리들 얼굴은 싱글벙글

Song lines from "Tet in my Hometown" composed by Tu Huy.
Trích từ bài hát "Ngày Tết quê em" của nhạc sỹ Từ Huy.
뜨 후이의 노래 "우리 고향의 설"에서

A – I – A – Tung – Pheng
A – I – A – Tung – Pheng
Kylin dancing, "Earth God" shaking
Kylin wriggling to climb higher
Tung tung tung tung tung, cac cac cac cac cac.

A í a tùng phèng
A í a tùng phèng
Kỳ lân đang múa, ông địa lắc lư
…Mình lân uốn éo, ông trèo lên cao
Tùng tùng tùng tùng tùng, cắc cắc cắc cắc cắc.

아이아 퉁 펭
아이아 퉁 펭
기린이 춤을 추자, 지신이 몸을 떤다
더 높이 오르려 몸부림치는 기린
퉁 퉁 퉁 퉁 퉁, 각 각 각 각 각

Song lines from "Kylin Dance" by Diep Minh Tuyen
Trích trong bài hát "Múa lân" của Diệp Minh Tuyền
디엡 민 투엔의 노래 "기린춤"에서

176

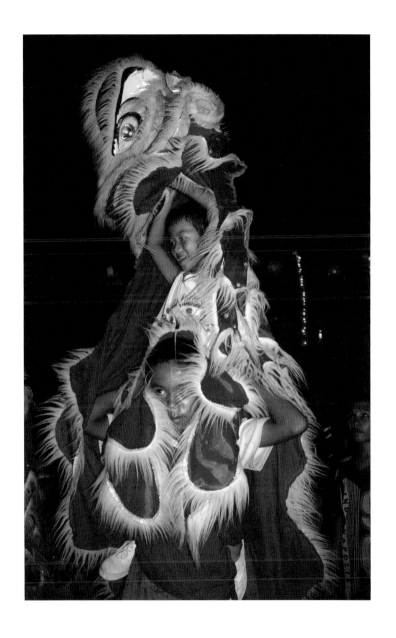

Кh·С·8·1
0906-22

영성

Spirituality

Tâm linh

**Which speck of dust became my flesh
So I could return to dust someday.**

Hạt bụi nào hóa kiếp thân tôi
Để một mai tôi trở về làm cát bụi.

내 육체는 무슨 흙인지는 모르지만 흙으로 빚어졌지
그래서 언젠가는 결국 흙으로 돌아가겠지

Song lines from "Dust" by Trinh Cong Son
Trích từ bài hát "Cát Bụi" của Trịnh Công Sơn
트린 콩 쏜의 노래 "흙"에서

From one human life,
Wild branches sprout.

Trên đời người trổ nhánh hoang vu.

한 사람의 목숨에서
가지들이 마구 뻗어나오네

Song lines from "Life as Grass" by Trịnh Công Sơn
Trích từ bài hát "Cỏ Xót Xa Đưa" của Trịnh Công Sơn
트린 콩 쏜의 노래 "풀잎 인생"에서

Birds have nests, people have ancestors.

Chim có tổ người có tông.

새들에게 둥지가 있듯
사람에겐 조상이 있다

Proverb

Eat vegetarian, pray to Buddha.

Ăn chay niệm Phật.

채식하라
그리고 부처님께 기도하라

Honoring a parent's spirit,
Expressing a child's gratitude.

Một lòng thờ mẹ kính cha,
Cho tròn chữ hiếu mới là đạo con.

부모의 영혼을 기리는 건
자식으로서 감사한 마음을 표현하는 방법

Folk poem

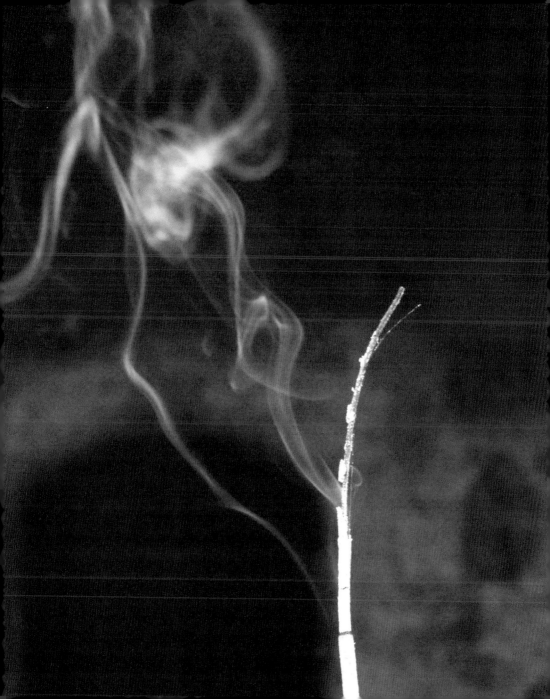

**Breathing in, a still mind.
Breathing out, smiling.**

Hít vào tâm tĩnh lặng.
Thở ra miệng mỉm cười.

숨을 들이 쉬니 고요한 마음
숨을 내쉬니 피어나는 미소

Words by Thích Nhất Hạnh
Lời dạy của Thích Nhất Hạnh
틱낫한 스님의 말씀

**Even building nine stories of a Buddhist stupa
Is less meritorious than saving a single person in danger.**

Dù xây chín bậc phù đồ,
Chẳng bằng làm phúc cứu cho một người.

사리탑 아홉 개를 짓는 것보다
위험에 처한 한 사람의 목숨을 구하는 것이
훨씬 큰 공덕입니다

Proverb

Begging at the door of Buddha.

Ăn mày cửa Phật.

부처님의 문앞에서 간절히 빌다

Hooked fish have no escape,
Caged birds have no way out.

Cá cắn câu biết đâu mà gỡ,
Chim vào lồng biết thuở nào ra.

낚시 바늘에 걸린 물고기는 달아날 길이 없고
새장에 갇힌 새는 날아갈 길이 없네

Folk poem

Where do you go in such a hurry?

Đi đâu mà vội mà vàng?

어딜 그렇게 급히 가시나요?

Folk poem

Nothing is as beautiful as the lotus in a pond,
Growing in mud, it bears no such smell.

Trong đầm gì đẹp bằng sen,...
Gần bùn mà chẳng hôi tanh mùi bùn.

연못에 핀 연꽃처럼 고운 건 없어
흙탕물 속에서 자라지만 흙탕 냄새가 배이질 않네

Folk poem

작은 기쁨

Simple Pleasures

Niềm vui giản dị

Everywhere I rest,
My back is my bed.

Ngả lưng đâu cũng là giường.

내가 어디에 몸을 누이든
나의 등이 나의 침대라네

Idiom

Wishing for a strong foot,
A softer stone.

Trông cho chân cứng đá mềm.

내 발이 지금보다 더 튼튼했으면 좋겠어
부드러운 돌처럼 말이야

Folk poem

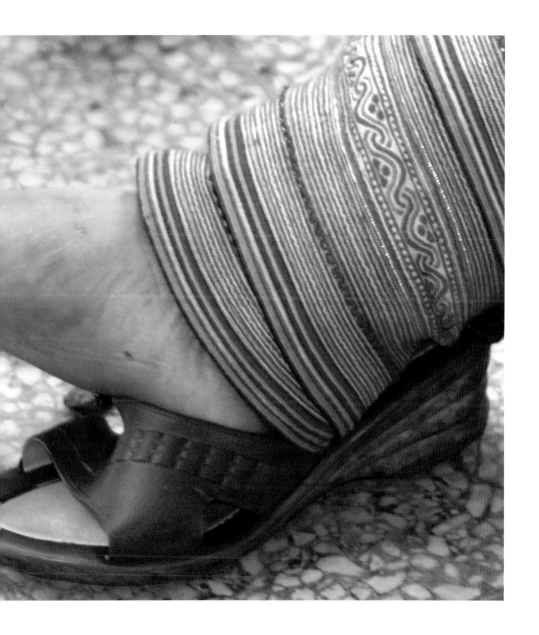

Departing, I miss my homeland,
Morning glory soup, pickled eggplant
Bathing in soya sauce.

Anh đi anh nhớ quê nhà,
Nhớ canh rau muống nhớ cà dầm tương.

이제 떠나려니, 내 나라가 사무치게 그리울 것 같아
나팔꽃 수프, 간장에 절인 가지 피클까지도

Folk song

Five ladies, three stories.

Năm bà, ba chuyện

여자 다섯이 모이면, 나무 접시가 들논다

**We return home to bathe in our own pond,
Whether pure or not, it is still better.**

Ta về ta tắm ao ta,
Dù trong dù đục ao nhà vẫn hơn.

집에 돌아와 뒤란 못에서 몸을 닦으니
물이야 청탁불문, 내 집 물이 최고지

Proverb

**Clothes make the man,
When naked, all are the same.**

Hơn nhau tấm áo manh quần,
Tất cả mình trần ai cũng như ai.

옷을 입으면 제각기 다른 사람
홀랑 벗으면, 모두 똑 같아지는 걸

Folk poem

While drinking water, remember its source.

Uống nước nhớ nguồn.

물을 마실 때는 물이 어디서 왔는지를 생각해 봐

Proverb

The river is an inn,
And the moon a romantic traveler.

Con sông là quán trọ và trăng tên lãng du.

강은 여인숙
달은 낭만적인 여행자

Song lines from "No one knows the original point" by Trịnh Công Sơn
Trích từ bài hát "Biết đâu cội nguồn" của nhạc sỹ Trịnh Công Sơn
트린 콩 쏜의 시 "누구도 그 원점을 모른다"에서

If you want to know, ask.
If you want to excel, study.

Muốn biết phải hỏi,
Muốn giỏi phải học.

알고 싶거든 물어보라
남보다 뛰어나고 싶거든 공부하라

Proverb

The value of something is the necessity of itself.

Giá trị của một vật là sự cần thiết của nó.

물건의 가치는 얼마나 많이 필요한가에 따라 매겨진다

Delicious flavors linger.

Miếng ngon nhớ lâu.

맛있는 기억은 쉽게 잊히질 않는 법

Idiom

Oh my God!

Ói Giời ơi!

오 마이 갓!

**Fix the hammock, go right to sleep,
Ignore the wind permeating the jungle.**

Dừng chân mắc võng ngủ liền,
Kệ cho gió thổi bốn bên rừng dày.

해먹을 치고, 그대로 잠이 들면
바람이야 밀림을 훑고 지나가든 말든

Poem lines from a revolutionary poem "Jungle Sleep" by Phạm Tiến Duật
Trích từ bài thơ "Ngủ rừng" của Phạm Tiến Duật
팜 티엔 두앗의 혁명시 "밀림에서의 잠"에서

Nine steps of mountains and forests,
Nine steps leaning toward my childhood home.

Chín bậc núi rừng chín bậc nghiêng nghiêng,
Tuổi ấu thơ tôi lớn lên ở đó.

산과 숲 속으로 난 아홉 개의 계단
내 어린 시절 놀던 곳으로 이끄는 아홉 개의 계단

Song lines from "Nine steps of Love" by composer Thuan An
Trích bài hát "Chín bậc tình yêu" của nhạc sỹ Thuận An
작곡가 투안 안의 노래 "사랑의 아홉 계단"에서

Like a bird flying afar,
In the motherland's
Immense green field.

Em như chim bay xa,
Giữa đồng xanh quê hương bao la.

저 멀리 날아가는 새처럼
조국의 끝없이 푸른 벌판을 누비리라

Song lines from "Farewell to a Swallow" by Tran Tien
Trích từ bài "Tạm biệt cánh én" của Trần Tiến
트란 티엔의 노래 "제비여, 안녕"에서

Hey kite, soar swiftly with the wind,
Float my dreams of flying in the sky.

Này diều ơi, hãy vút lên đi nào,
Mang cho ta những ước vọng mơ đến tầng không.

연아, 바람타고 날렵하게 솟아 오르렴
하늘을 날고픈 내 맘도 데려가렴

Song lines from "Childhood Kite" by composer Ha Anh Tuan
Trích từ bài "Cánh diều tuổi thơ" của nhạc sỹ Hà Anh Tuấn
작곡가 하안 투안의 노래 '어린 시절 연날리기'에서

에필로그

Epilogues

Phần kết

Photo by Jan Sunoo

A young Vietnamese girl flashed a smile as she ran up to me. "What do you think of my country?" she asked, practicing her fresh but wildly enthusiastic English. Over the course of my six years in Vietnam, this question is, perhaps, the most frequent one I've been asked.

How does one answer such a question when words—in English and Vietnamese—fail two foreign speakers? What I often want to say is that today I have a very different image and feeling of Vietnam compared to my impressions during the 1960s and 1970s.

I often want to express that reconciliation is occurring between the United States and Vietnam, not only on the economic and political fronts, but on a grass-roots, people-to-people level. In my case, a very special relationship emerged between two mothers who decades ago might easily have been considered enemies.

When I asked Ton Thi Thu Nguyet to collaborate with me on this project, we had become as close as sisters. I wanted to explore whether the visual images captured by a foreigner could resonate more deeply with the addition of traditional proverbs, poems or song lines provided by a Vietnamese. I looked forward to creating a collaborative project, especially given the history of relations between our two countries.

My first encounter with a Vietnamese occurred in the 1970s. My husband and I moved from California to New York in 1971 and began to participate in peace demonstrations with other social activists and Asian American community organizers. During our four years in New York, we met young Vietnamese student protestors such as Le Anh Tu, "David" Truong Dinh Hung and Ngo Vinh Long. All three spoke out against the war—facing great risk and political consequences to themselves and to their families in Vietnam. Undeterred, they continue their social justice work in the fields of international aid, business consulting and higher education.

I was in my 20s during those days of massive protest. The war images I remember the most were of two young Vietnamese girls: one photo showing a girl carrying a rifle-bayonet (less than 15 years old), and the other of Phan Thi Kim Phuc... the nine-year-old South Vietnamese girl running down the village road of Trang Bang—flesh searing from napalm dropped by Vietnamese National Air Force Skyraider bombers. "Nong qua! Nong qua!" she screamed. ("It's hot! It's hot!") That massacre occurred on June 8, 1972. Kim Phuc's image, captured by Associated Press photographer Huynh Cong

"Nick" Ut, appeared on the cover of *Life,* an American magazine. The following year, he received the Pulitzer Prize for what has become one of the most memorable visual icons of the war.

Nearly four decades later, Kim Phuc devotes her time as a peace activist and resident of Canada. She participated in a forum at the University of California, Davis in February 2007: "Can an image change the world?"

In her words: "I'm really thankful for that picture. It is a powerful gift for me. I never thought I was that little girl, and became who I am today. When I ran out of the fire, I thank God for the first thing I learned, that my feet weren't burned. So I was able to run out of that fire. The photographer was there, even though I didn't know it. I'm so amazed how he dared to be very close to that fire. He should've been killed, but he was a hero at that moment. I call that photographer 'Uncle Ut.' He is part of my family."

Nearly 30 years would pass between the fall of Saigon in 1975 and our arrival in Hanoi on September 18, 2002. In between, my encounters with the Vietnamese American community had been limited to occasional dinners in Westminster, California—also known as "Little Saigon." I had met a few Vietnamese along the way, but none had become close friends. That is, until I moved to Hanoi.

Lona Thwaites, a former journalist and wife of former Australian ambassador Joe Thwaites (2002-2005), often hosted friendly gatherings at their home between foreign expatriates and Vietnamese nationals: poets, doctors, writers, teachers, entrepreneurs, musicians. One afternoon, she introduced me to Ton Thi Thu Nguyet.

Nguyet, whom I call "Em" (younger sister), and I had just finished lunch. We were standing in Lona's living room on Ly Thuong Kiet Street exchanging business cards. Em Nguyet told me that she taught Vietnamese to many foreigners and that she would be happy to privately tutor me.

Her warm smile, confidence and fluent English won me over. Very often, I arrived at her small apartment on Tran Hung Dao Street and was initially greeted by her husband, Ha. Nguyet would often be chatting with a student on her mobile phone. She would wave her hand in the air, directing me toward one of two chairs at her small dinner table. Always beginning our lessons with a cup of green or herbal tea, we would inevitably intersperse Vietnamese grammar with frequent laughter.

Although I cannot claim fluency, there's no question that Em Nguyet is an excellent language teacher. If I feel comfortable stumbling through my six-tone interpretations anywhere in Vietnam, that is surely because of her. And as most expats will agree, the Vietnamese are extremely gracious toward any effort to speak their language.

By profession, I have mainly worked as a journalist. But when I arrived in Vietnam, the sheer visual stimulation compelled me to reach for my camera more often than my laptop. The Vietnamese people, however, were my greatest incentive. They are among the most friendly and engaging people I have ever met. I can walk through a cornfield in the countryside and encounter a farmer face-to face who will instantly respond with a smile to an unexpected "Xin chao!" (Hello!) I have also found them to be humble, yet proud, and determined, yet flexible.

My husband and I will leave Vietnam in 2009. But what I desire most is to express my gratitude to the people of Vietnam by showing what I think of this beautiful country. I have seen the works of many other wonderful photographers… far better than me… who have captured the sensuality of Vietnam's varied landscape. In my case, I have been unable to resist the heartfelt warmth of the people I have encountered serendipitously or observed while they were diligently working or relaxing.

I still wonder, though, how many other Americans and foreigners still associate Vietnam only with images of a past war. For those of us who've seen the country change so rapidly, we wonder how the young generation will maintain its rich cultural heritage. The majority of Vietnam's population was born after 1975, which means that most are under the age of 35. One cannot help but be absorbed by the energy and drive of this never-say-no generation.

And yet, despite the seduction of success, young and old Vietnamese do find ways to observe their quietude and mindfulness. This is what I hope remains. This is what I learned to appreciate and practice more often even as Vietnam steadily sprints toward the future.

Em Nguyet and I did experience a lot through our creative process. Very often, we each revealed our stubbornness. Whereas she leaned toward sayings that were didactic, I leaned toward sayings that were more metaphorical. Our debates were always lively and engaging. I would frequently tease her because she would often begin her reactions by saying, "I like it… but…"

Given that the sayings are published in three languages, we hope our readers will be open to any liberties we've taken to make each language sound poetic to the ear. We began, of course, with the original Vietnamese text, then translated it into English… and from that, into Korean.

Although my photos served as the catalyst, Em Nguyet's selections and interpretations of the text are what make the images resonate more deeply. I hope that both youths and adults will experience the same visual pleasure and insight that we did, learning more about each other's culture—one image at a time. One moment at a time.

Brenda Paik Sunoo
Hanoi, Vietnam 2009

Một cô gái Việt nhoẻn miệng cười chạy tới bên tôi hỏi đầy nhiệt tình bằng thứ tiếng Anh mới học của cô: "Bác nghĩ gì về đất nước của cháu ạ?". Có lẽ đây là câu hỏi mà tôi thường nghe thấy nhất trong suốt 5 năm sống ở Việt Nam.

Làm sao có thể trả lời câu hỏi này khi vốn từ của cả người hỏi lẫn người trả lời còn rất hạn chế? Tôi thường trả lời ngắn gọn là: "Hình ảnh Việt Nam trong tôi bây giờ hoàn toàn khác so với những hình ảnh chiến tranh trong những năm 60 và 70 mà tôi được xem trên TV."

Tôi luôn muốn bày tỏ rằng sự hòa giải giữa Mỹ và Việt Nam thật ra không những chỉ đang diễn ra trên mặt trận kinh tế và chính trị mà còn trong quan hệ giữa những người dân thường với nhau nữa. Trong trường hợp của tôi, đây là mối quan hệ tình cảm đặc biệt thắm thiết nảy sinh từ hai bà mẹ mà cách đây vài thập kỷ rất có thể chúng tôi bị coi như kẻ thù.

Khi mời Tôn Thị Thu Nguyệt cộng tác với tôi để cho ra đời quyển sách này thì tôi đã hỏi em ấy rất tỉ mỉ rằng liệu ấn tượng của một người nước ngoài có lắng đọng và khắc sâu hơn khi xem những bức ảnh được kèm theo những lời thơ, lời hát dân ca, hay những câu ca dao tục ngữ truyền thống của Việt Nam không. Tôi đặc biệt muốn quyển sách được ra đời bằng sự cộng tác giữa hai người bạn: một người Việt Nam và một người Mỹ gốc Hàn Quốc thuộc thế hệ thứ ba, đặc biệt do lịch sử của mối quan hệ giữa hai đất nước chúng tôi. Nếu hai chúng tôi có thể hợp duyên với nhau, làm việc thành công thì đây cũng có thể sẽ là một liều thuốc làm dịu đi những vết thương của chiến tranh.

Lần đầu tiên tôi gặp những người Việt Nam là vào đầu những năm 1970. Tôi và chồng tôi chuyển nhà từ California đến New York vào năm 1971 và đã bắt đầu tham gia vào các cuộc biểu tình chống chiến tranh cùng với các nhóm người đấu tranh cho hòa bình và các nhà tổ chức thuộc các cộng đồng người Mỹ gốc Châu Á. Suốt bốn năm sống ở New York chúng tôi đã gặp rất nhiều sinh viên Việt Nam chống chiến tranh như Lê Anh Tú, "David" Trương Đình Hùng và Ngô Vĩnh Long. Cả ba sinh viên này đã lên tiếng chống chiến tranh rất kịch liệt bất chấp những nguy cơ và hậu họa về mặt chính trị đối với bản thân cũng như gia đình họ ở Việt Nam. Không hề nao núng, họ vẫn tiếp tục sự nghiệp vì công lý trong các lĩnh vực cứu trợ quốc tế, tư vấn kinh doanh và giáo dục đại học.

Vào những năm tháng xảy ra các cuộc phản đối chiến tranh rầm rộ ấy, tôi mới ở độ tuổi hai mươi. Những hình ảnh về chiến tranh mà tôi nhớ nhất lúc bấy giờ là bức ảnh của một cô bé (chưa đầy mười lăm tuổi) đang lăm lăm một khẩu súng lưỡi lê, và một bé gái miền Nam khác khoảng chín tuổi tên là Phan Thị Kim Phúc đang chạy trên đường làng Trảng Bàng, thịt da bị cháy xém vì bom Napalm do máy bay Cướp Trời thuộc lực lượng không quân Việt Nam Cộng hòa oanh tạc. Bé Phúc vừa chạy vừa kêu "Nóng quá! Nóng quá!". Cuộc thảm sát này xảy ra vào ngày 8 tháng 6 năm 1972. Bức ảnh chụp Kim Phúc của phóng viên nhiếp ảnh Huỳnh Công Út (Nick) thuộc hãng thông tấn Mỹ AP xuất hiện trên trang bìa của cuốn tạp chí "Đời sống" của Mỹ. Năm sau, anh ấy đã được giải thưởng Pulitzer về "bức ảnh đã trở thành một trong những biểu tượng về cuộc chiến tranh gây ấn tượng đáng ghi nhớ nhất".

Trong suốt gần bốn mươi năm sống ở Canada, Kim Phúc dành cả đời mình cho sự nghiệp bảo vệ hòa bình. Vào tháng 2 năm 2007 tại trường đại học California, Davis, Kim Phúc đã tham gia diễn đàn có chủ đề "Một hình ảnh có thể làm thay đổi được thế giới không?".

Trong lời phát biểu của mình, Kim Phúc đã chia sẻ rằng: "Tôi thật sự biết ơn về bức ảnh này. Đây là một món quà rất sâu nặng đối với tôi. Tôi chưa bao giờ nghĩ rằng chính mình lại là cô bé nhỏ xíu ấy mà bây giờ lại là chính tôi đây. Khi tôi chạy thoát ra khỏi đám lửa bom, tôi thầm cảm ơn Chúa điều trước nhất tôi được biết là hai chân mình không bị bỏng. Phóng viên nhiếp ảnh đã ở đó mà tôi nào đâu có biết. Tôi vô cùng kinh ngạc làm sao nhà báo ấy lại dám tiến sát vào đám lửa đến như vậy vì có thể sẽ bị tử thương, nhưng không, lúc đó nhà báo chính là người anh hùng. Tôi đã gọi nhà báo ảnh ấy là "Chú Út". Chú đã trở thành người thân trong gia đình tôi."

Vậy mà cũng đã gần ba mươi năm kể từ khi Sài Gòn bị thất thủ vào năm 1975, và khi tôi và chồng tôi tới Hà Nội vào ngày 18 tháng 9 năm 2002. Trong khoảng thời gian ấy, những cuộc gặp gỡ của tôi với cộng đồng người Mỹ gốc Việt chỉ giới hạn trong phạm vi những bữa ăn tối không thường xuyên lắm ở Wesminster - California nơi mà mọi người thường gọi là "Sài Gòn Nho Nhỏ". Thảng hoặc, tôi có bắt gặp một vài người Việt, nhưng chẳng làm bạn được với một ai cả, cho đến khi tôi tới Hà Nội.

Lona Thwaites, nguyên là một nhà báo và là phu nhân của Đại sứ Úc Joe Thwaites nhiệm kỳ 2002-2005, đã là một trong số những người bạn thân của tôi. Lona rất hay tổ chức những buổi gặp mặt thân mật tại nhà riêng để những người bạn Việt Nam và nước ngoài có thể giao lưu với nhau. Nào là bác sỹ, giáo viên, nhà văn, nhà thơ, nhạc sỹ, và cả những nhà doanh nghiệp nữa. Rồi một lần nọ, Lona đã giới thiệu Tôn thị Thu Nguyệt với tôi trong một bữa tiệc tại nhà.

Nguyệt (tôi gọi bằng tiếng Việt là "Em Nguyệt") và tôi vừa dùng bữa trưa xong. Chúng tôi đang đứng trong phòng khách của Lona chuyện trò và trao đổi danh thiếp cho nhau. Em Nguyệt nói với tôi rằng em ấy dạy tiếng Việt cho nhiều người nước ngoài. Nếu tôi thích học nâng cao thêm trình độ tiếng Việt sẵn có thì em ấy sẵn sàng giúp tôi học theo kiểu một thầy một trò.

Chắc hẳn là do nụ cười thật ấm tình đượm niềm tin yêu cùng khả năng tiếng Anh nổi bật của em ấy đã gây ấn tượng rất sâu sắc trong tôi. Cuối cùng thì sau khoảng hai tháng tôi đã gọi điện thoại cho Nguyệt. Thường thường tôi đến học ở căn hộ be bé của em ấy ở phố Trần Hưng Đạo và được anh Hà, chồng của Nguyệt, đón tiếp mỗi khi Nguyệt đang bận nói chuyện điện thoại. Em vẫy vẫy tay chào tôi và chỉ vào ghế ra hiệu mời tôi ngồi. Anh Hà và tôi bước vào cuộc đối thoại bằng tiếng Việt của người mới học: "Chào em. Em có khỏe không?" Hà mời tôi tách trà và tôi đáp lại một cách lịch sự "Cảm ơn em." Nguyệt cười tỏ vẻ hài lòng vì tôi đã thực hành được chút tiếng Việt tôi đã học. Ngay cả sau khi Nguyệt nói chuyện điện thoại xong, em ấy kiểm tra tôi bằng câu hỏi: "Chị có đoán được là em vừa nói với ai về vấn đề gì không?" Tôi liền đáp: "Em dùng từ "con" và "về nhà". Vậy thì chắc chắn đấy là My My - con gái em. Và em bảo My My về nhà ăn tối hôm nay, có đúng không?" Nguyệt đã rất hài lòng nói to: "Đúng rồi!" Chúng tôi cười dòn tan và tiếp tục bài học khoảng hai tiếng.

Mặc dù tôi chưa nói tiếng Việt được trôi chảy nhưng phải khẳng định rằng Nguyệt là một giáo viên ngôn ngữ tuyệt vời. Nhờ sự kiên trì và phương pháp dạy rất tốt của Nguyệt mà tôi cảm thấy thoải mái có thể phát âm chính xác sáu thanh của tiếng Việt. Muốn học tốt một ngoại ngữ cần phải có động cơ thích thú giao tiếp với những người khác. Hầu hết những người nước ngoài công tác ở đây đều cùng chung một ý nghĩ rằng người Việt Nam vô cùng nhã nhặn với họ mỗi khi họ cố gắng nói tiếng Việt. Đặc biệt Nguyệt còn dạy tôi tránh xưng "tôi" một cách xã giao như trong sách, mà nên xưng là "chị" hoặc "bác" để thể hiện mối quan hệ thân thiện hơn giữa mình với người khác.

Kể từ khi tôi bắt đầu sống ở Hà Nội và đi thăm các vùng miền khác nhau ở Việt Nam, mọi người luôn hỏi tôi hai câu: "Chị là người nước nào?" và "Chị nghĩ gì về Việt nam?" Dần dần tôi hiểu ra rằng khi hỏi câu thứ hai, người Việt Nam không hoàn toàn muốn nghe những lời khen mà họ thật sự muốn biết chính kiến của tôi.

Tôi đã được đào tạo thành một nhà báo chuyên nghiệp nhưng khi đến Việt Nam tôi lại đam mê nghề chụp ảnh nghiệp dư hơn. Vốn là một người nước ngoài, tôi cũng cảm thấy mình không còn gì để nói ngoài sự chia sẻ rằng tất cả những bức ảnh này đều có ý nghĩa nội tâm rất sâu sắc, dí dỏm, và đi vào lòng người. Đơn cử là tôi đã chứng kiến trong vòng thời gian sáu năm mà Việt Nam đã gia nhập được Tổ chức Thương mại Thế giới và các loại xe ô tô mới toanh bóng loáng đã nhanh chóng thay thế những chiếc xe đạp, xe xích lô, xe máy Honda trên khắp các nẻo đường.

Thật may mắn, em Nguyệt, người mà tôi coi như em gái của mình, cũng rất thích đi du lịch, thích chụp ảnh, dịch sách và đọc thơ. Hai chị em chúng tôi đã đi du lịch cùng nhau đến thủ đô Seoul và đảo Jeju ở Hàn Quốc vào năm 2006; đã cộng tác dịch những bài thơ về phụ nữ Việt Nam in trong cuốn "Thơ Nữ Việt Nam Xưa và Nay" xuất bản tại Mỹ vào năm 2007 và tại Việt Nam vào năm 2008; và không thể kể hết những lần chúng tôi đã cùng nhau thưởng thức các món đặc sản như bánh Chưng của Việt Nam hoặc Kim chi của Hàn Quốc. Lúc nào gặp nhau chúng tôi cũng vui đùa và chia sẻ rất thân tình những chuyện của phụ nữ ở cái tuổi ngũ tuần, còn bây giờ thì tôi đã bước sang cái tuổi lục tuần.

Hai vợ chồng tôi sẽ phải rời Việt Nam vào năm 2009. Và điều tha thiết nhất là tôi muốn bày tỏ lòng biết ơn của mình đối với những người bạn Việt Nam bằng cách thể hiện những tình cảm của mình về đất nước Việt Nam tươi đẹp này. Tôi đã được xem nhiều tác phẩm của các nhà nhiếp ảnh tuyệt vời … hơn tôi nhiều, họ đã chụp được những phong cảnh hữu tình của Việt Nam. Còn tôi, tôi không thể kìm nén được lòng đam mê chụp ảnh của mình mỗi khi đứng trước hình ảnh những người mà tôi bất ngờ bắt gặp hoặc thấy họ sống thanh thản trong môi trường thực tại của họ.

Nhiều khi tôi tự hỏi rằng có bao nhiêu người nước ngoài và bao nhiêu người Mỹ vẫn còn liên tưởng đến Việt Nam bằng những hình ảnh của cuộc chiến tranh trong quá khứ. Trong số những người đã từng chứng kiến sự thay đổi nhanh chóng của đất nước này thì chúng tôi lại băn khoăn một điều là thế hệ trẻ Việt Nam sẽ gìn giữ những di sản văn hóa vô cùng phong phú của họ như thế nào. Đa phần dân số Việt Nam được sinh ra sau năm 1975, có nghĩa là hầu hết đều dưới ba lăm tuổi. Người ta không thể không bị cuốn hút vì nghị lực và xu thế của thế hệ "không-bao-giờ-nói-không" này.

Tuy vậy, bất chấp sự cám dỗ của thành công, cả người lớn tuổi lẫn thanh niên Việt Nam đều tìm cách giữ được vẻ bình thản và mối quan tâm riêng của họ. Đây là điều mà tôi hy vọng rằng sẽ mãi mãi được giữ gìn . Và đây cũng chính là những gì mà tôi đã học được để đánh giá và luyện tập thường xuyên hơn từng bước từng bước trong khi Việt Nam đang chạy nước rút tới tương lai một cách vững chắc.

Tôi và em Nguyệt đã chiêm nghiệm rất nhiều suốt trong quá trình sáng tác của mình. Chúng tôi thường xuyên gửi tin nhắn thậm chí giữa đêm khuya để báo cho nhau: "Em đã tìm được câu ca dao phù hợp cho bức ảnh người bán hàng rong ngủ bên lề đường rồi!". Nhưng nếu tôi thích câu tục ngữ hay câu thơ nào đó mà Nguyệt không thích thì chúng tôi loại bỏ ngay cho dù là tôi có tiếc. Nói cách khác, chúng tôi càng không thể đưa vào những gì mà làm ảnh hưởng đến tính xác thực của văn hóa Việt Nam.

Cả Nguyệt và tôi đều tỏ ra rất kiên định trong việc phân tích và lựa chọn. Trong khi em Nguyệt thiên về cách giải thích theo nghĩa mô phạm thì tôi lại nghiêng về tính ẩn dụ hơn. Những cuộc tranh luận của chúng tôi trong quá trình làm việc luôn luôn sôi nổi và sống động. Tôi thường xuyên trêu Nguyệt vì em ấy rất hay phản ứng lại ý kiến của tôi bằng cách "Em thích câu ấy, nhưng mà… à… à…."

Khi được biết tin cuốn sách này sẽ được xuất bản với ba thứ tiếng, chúng tôi hy vọng rằng tất cả độc giả sẽ thoải mái thưởng thức sự uyển chuyển nên thơ của từng ngôn ngữ theo cách riêng của mình. Tất nhiên chúng tôi bắt đầu bằng ngôn ngữ nguồn là tiếng Việt rồi dịch sang tiếng Anh và tiếng Hàn quốc.

Mặc dù những bức ảnh của tôi là chất xúc tác, nhưng công việc sưu tầm và biên dịch tất cả nội dung để lột tả những hình ảnh này của em Nguyệt còn công phu hơn rất nhiều. Tôi hy vọng rằng cả hai thế hệ lớn tuổi và trẻ tuổi đều cùng có chung một cảm xúc và niềm vui trong khi thưởng thức tác phẩm này giống như chúng tôi đã từng thưởng thức trong quá trình thực hiện, học hỏi về văn hóa của nhau qua từng hình ảnh và trong từng khoảnh khắc .

Brenda Paik Sunoo
Hà Nội, Việt Nam 2009

어린 베트남 소녀 하나가 웃음 띤 얼굴로 내게 다가온다. "우리나라에 대해 어떻게 생각하세요?" 그녀는 갓 배우기 시작한 영어를 연습해 보고 싶은 마음에 나한테 말을 건다. 지난 6년 간 베트남에 살면서 가장 많이 받았던 질문이다.

상대방 언어에 서툰 두 사람이 이야기를 나누는 상황에서 이런 질문은 답하기가 쉽지 않다. 이런 경우 내가 하고 싶은 말은 오늘날의 베트남이 60~70년대에 비쳐졌던 이미지와는 상당히 다른 인상과 느낌을 준다는 것이다.

나는 또한 미국과 베트남, 양국 간 화해가 경제와 정치 분야뿐 아니라 사람과 사람 사이, 풀뿌리 민중 차원에서도 일어나고 있다는 것을 말하고 싶다. 내 경우에는, 나와 같은 한 엄마이 베트남 여성과 최근 아주 각별한 관계를 맺게 되었다. 수십 년 전이었다면 우리는 별 생각 없이 서로를 적으로 생각했을 터이다.

돈 티 투 응옛에게 내가 이 책의 공동 저자로 참여해 달라고 부탁하면서 우리는 자매처럼 가까워졌다. 외국인의 관점으로 내가 포착한 베트남의 시각적 이미지들이 베트남인인 그녀가 골라낸 속담이나 옛 시, 그리고 노래 구절들과 어우러지면 더욱 깊은 울림을 줄 수 있을 것 같았고 그 가능성을 시험해 보고 싶었다. 특히 베트남과 미국, 양국 간의 역사를 감안할 때 우리 두 사람이 협력하여 공동 작품을 만든다면, 그 의미는 더욱 특별할 것 같았다.

내가 처음으로 베트남인을 만난 것은 1970년대였다. 남편과 나는 1971년 캘리포니아를 떠나 뉴욕으로 이주했고, 거기서 다른 사회운동가들, 아시아계 미국인 공동체 인사들과 함께 평화 시위에 참여하기 시작했다. 뉴욕에서 지내는 4년 동안, 우리는 레안 뚜, 데이빗 즈엉 딘 흥, 응오 빈 롱 등 반전을 부르짖던 젊은 베트남 학생들을 만나게 되었다. 이들 세 사람은 자신들뿐 아니라 베트남에 있는 가족들의 안전에까지 영향을 미칠 수 있는 정치적 위험을 무릅쓰고 반전활동을 벌였다. 그들은 위험에 굴하지 않고, 국제 구호 활동과 비즈니스 컨설팅, 고등 교육 등의 분야에서 사회정의 구현 활동을 꾸준히 전개했다.

대대적인 반전 시위에 참여하던 그 무렵, 나는 20대였다. 가장 강렬하게 기억에 남는 베트남 전쟁 사진은 두 베트남 소녀의 사진이었는데, 하나는 열다섯이 채 될까 말까 한 소녀가 총검을 들고 있는 사진이었고, 다른 하나는 아홉 살짜리 판 티 킴 푹이 네이팜탄에 화상을 입고 장 방 마을 길을 벌거벗은 채 달려오는 사진이었다. 소녀는 "뜨거워! 뜨거워!" 울부짖고 있었다. 1972년 6월 8일에 발생한 끔찍한 사건이었다. AP 사진기자 후인 콩 웃 '닉'이 찍은 이 사진은 미국 〈라이프〉지 표지에 실렸다. 전쟁의 참상을 가장 생생하게 그려낸 사진 중 하나가 된 이 사진으로 다음 해 그는 퓰리처상을 수상했다.

거의 40년이 지난 현재 킴 푹은 캐나다에서 평화운동가로 활약하고 있다. 그녀는 2007년 2월 "한 장의 사진이 세상을 바꿀 수 있나?"라는 주제로 캘리포니아대학 데이비스 캠퍼스에서 열린 포럼에 연사로 참가했다.

그녀는 말했다. "그 사진에 정말 감사해요. 제게는 정말 소중한 선물이에요. 사진 속의 소녀가 저였다고 한 번도 생각해 본 적 없이 오늘에 이르게 되었어요. 화염 속을 뛰쳐나올 때, 무엇보다도 다리에 화상을 입지 않았던 것에 대해 신께 감사를 드렸어요. 다리를 다치지 않았기에 불길 속을 빠져나올 수 있었으니까요. 그 자리에 사진기자가 있었다는 건 몰랐어요. 그가 어떻게 그렇게 불길 가까이까지 다가와 있었는지, 정말 놀라워요. 잘못하면 죽을 수도 있었는데, 아주 용감한 분이셨죠. 지금은 그분을 '웃 아저씨'라고 불러요. 제게는 가족이나 다름없어요."

1975년 사이공이 함락된 뒤 거의 30년이 지난 2002년 9월 18일, 우리는 하노이에 도착했다. 그 사이 내가 베트남인들과 접촉할 수 있었던 기회는 '리틀 사이공'이라고도 불리는 웨스트민스터 시(캘리포니아주)에 있는 베트남 식당을 찾을 때가 전부였다. 살아오는 동안 베트남인들을 몇 명 만났지만 친한 친구가 된 사람은 없었다. 적어도 하노이로 오기 전까지는 그랬다.

당시 베트남주재 호주대사였던 조 쓰웨이츠 씨의 아내 로나는 전직 기자 출신이었는데 다른 외국인들과 베트남 작가, 시인, 의사, 교사, 기업인, 음악가 등 다양한 인사들을 종종 집으로 초대해 친교 모임을 열곤 했다. 어느 오후 그녀는 내게 돈 티 투 응엣을 소개해 주었다.

이제는 '엠(베트남어로 여동생)'이라 부르는 응엣과 나는 그때 막 점심을 먹고 난 후였다. 리 트옹 키엣에 있는 로나네 집 거실에서 우리는 명함을 교환했다. 응엣은 여러 외국인들에게 베트남어를 가르치고 있다면서, 기꺼이 개인교습을 해주겠노라고 했다.

그녀의 따뜻한 미소와 자신감, 그리고 유창한 영어에 나는 완전히 매료됐다. 그 후 나는 잔 홍 다오 거리에 있는 응엣의 작은 아파트를 자주 들락거리게 되었는데, 그녀의 남편인 하가 현관에서 나를 먼저 맞아주었다. 내가 집안으로 들어서면, 응엣은 휴대폰으로 학생과 통화하고 있는 경우가 많았다. 그녀는 내게 손을 흔들며, 식탁 앞에 있는 의자를 가리키며 앉으라고 손짓을 한다. 수업은 언제나 녹차나 허브 티 한 잔으로 시작되고 문법을 이야기하는 사이사이 우리는 자주 웃음을 터뜨렸다.

내 베트남어가 유창하다고는 할 수 없지만, 응엣이 훌륭한 베트남어 선생님이라는 사실에는 의문의 여지가 없다. 비록 더듬거리긴 하지만 편안한 마음으로 어디에서나 성조가 6개나 되는 베트남어로 의사소통을 할 수 있는 것은 전적으로 그녀의 덕이다. 베트남인들이 베트남어로 말하려는 외국인에게 상냥하고 정중하다는 건, 아마 베트남에 사는 외국인들 모두가 동의할 것이다.

나는 주로 글을 쓰는 기자로 일해 왔다. 하지만 베트남에 온 후, 이곳의 강력한 시각적 자극을 접하고 나서는 노트북보다는 카메라를 집어들 때가 더 많았다. 내게 가장 큰 영감을 주는 것은 베트남 사람들이다. 그들은 내가 만나 본 다양한 사람들 중 가장 우호적이고 매력적인 사람들에 속한다. 시골 옥수수 밭 사이를 걷다가 마주친 농부에게 "신차오(안녕하세요?)"라고 인사를 건네면 그는 즉시 웃음으로 화답한다. 나는 또 이들이 겸손하지만 자부심이 강하고, 단호하지만 유연한 사람들이라는 것을 알게 됐다.

남편과 나는 2009년에 베트남을 떠난다. 떠나기 전에 이 아름다운 나라를 내가 어떻게 생각하고 있는지 보여줌으로써 베트남 사람들에게 감사의 뜻을 표하고 싶다. 지금까지 베트남의 다양한 풍광을 아름답게 담아낸—나보다 훨씬 뛰어난—다른 사진작가들의 작품을 많이 보아왔다. 나는 주로 거리에서 마주치거나, 일하거나 쉬고 있을 때 우연히 눈에 띈 사람들을 촬영했는데, 사실 촬영을 했다기 보다 그들에게서 느껴지는 따스함을 카메라에 담고 싶은 유혹을 뿌리치지 못했다는 편이 더 맞을 것 같다.

얼마나 많은 미국인들이나 외국인들이 아직도 베트남을 옛 전쟁의 이미지와 연관해서 바라보고 있을까? 이 나라의 급속한 변화를 지켜본 사람의 하나로서, 베트남의 젊은 세대들이 자신들의 풍성한 문화 유산을 어떻게 보존해 갈지 궁금하다. 베트남 인구의 과반수가 1975년 이후에 태어났는데, 이는 그들이 35세 미만이라는 뜻이다. 결코 'No'라고 말하지 않는 이 긍정적인 젊은 세대의 에너지와 동력에 흡수되지 않기란 어려운 일이다.

누구도 성공이라는 유혹으로부터 자유롭지 않겠지만, 베트남인들은 젊은 세대든 나이 든 세대든 내면의 평정과 깨어있음을 유지하는 방법을 알고 있다. 바로 이 부분이 변함없기를 바란다. 베트남이 미래로 도약하는 도정에서, 더욱 중요하게 여겨지는 점이다.

엠 응엣과 나는 공동 창작 과정을 통해 많은 경험을 했다. 우리는 각자 고집을 부릴 때가 많았다. 응엣은 교훈적인 속담을 선호하는 반면, 나는 은유적 표현에 훨씬 마음이 끌렸다. 우리의 토론은 언제나 활기 넘치고 재미있었다. "좋아요. 좋긴 한데…"로 시작하는 그녀의 반론 방식을 나는 곧잘 놀리곤 했다.

이 책이 3개 국어로 쓰여진 점을 감안할 때, 각각의 언어가 시적인 느낌을 자아낼 수 있도록 창의력을 발휘한 부분이 있음을 독자들이 이해해 주셨으면 좋겠다. 물론 시작은 베트남어로 쓰여진 텍스트였고, 영어로 옮긴 다음, 다시 한국어로 번역하는 과정을 밟았다.

내가 찍은 사진들이 촉매 역할을 하긴 했지만 엠 응엣이 고르고 해석한 베트남 텍스트 덕분에 사진들이 보다 깊은 울림을 얻을 수 있게 되었다. 우리는 이 책을 읽는 이들이 젊은 세대건 나이 든 세대건 우리가 경험했던 시각적 즐거움과 통찰을 경험하기를 기대한다. 그리고 서로의 문화를 좀 더 이해하고 좋아하게 되기를 바란다. 한 번에 하나의 이미지를 보며, 한 번에 한 순간씩 조금씩 서로 다가서기를.

베트남 하노이 2009년
브렌다 백 선우

Memories, dreams, and landmarks are always inseparable in one's life. In my case, I have dreamt of becoming an educator since primary school. To an impressionable child, teachers who stood by the blackboard often seemed so beautiful and intelligent.

Having come from a poor family, I faced malnutrition as a child and, therefore, was not a very good student. Things worsened after my mother left me alone in this world. She died from a heart attack due to the torture inflicted by the old regime during the war. I was only 10 years old at the time.

I was then considered an orphan because I didn't know my father was working in the North. Only after liberation was I able to utter the word "Papa" for the first time at age 21. But despite these traumatic circumstances, I overcame many obstacles and passed all entrance exams to become a conscientious student during high school, and at universities in Saigon and Hanoi. My childhood dreams were surpassed when I became an English language lecturer at the largest university in Vietnam.

In my country, teaching has always been considered a noble profession. And yet it's a pity that all teachers—regardless of our degrees and level—must find additional ways to supplement our modest income. I am no exception. However, since the 1980s I have been very lucky to meet many foreigners seeking Vietnamese language instruction.

Teaching has enriched my life spiritually and materially. I am always so delighted when my students say they have not only learned to speak Vietnamese, but learned more about my people's history, culture, customs and emotions. Many of them have also demonstrated their generosity by contributing money and clothes to my Needy Students Program, which assists poor youths throughout Vietnam. I consider these individuals my lifelong dear friends.

"Friend" is a very simple word, but it embodies a lot of love. In this regard, I could not even begin to dream about the extraordinary people who would enter my adult life. Among them were former British, Australian, Swedish, and Dutch ambassadors and their wives, representatives of the United Nations and various NGOs, general directors of companies, and other foreigners from all walks of life.

On one occasion, I was invited to a luncheon by Lona Thwaites, wife of Joe Thwaites, former Australian ambassador to Vietnam between 2002 and 2005. Formerly a journalist, she introduced me to Brenda Paik Sunoo, the first Korean American I had ever met...also a writer.

Since Brenda has taken Vietnamese lessons with me, we have discovered that we share the same philosophy of life. And on more than one occasion, we have shared the intimate stories of our respective lives. Moreover, she has rekindled the love of poetry, literature, and painting that I have enjoyed since childhood, but seldom have the time in which to indulge.

But thanks to her encouragement and collaboration, we co-translated two poems that appeared in "Vietnamese Feminist Poems from Antiquity to the Present," published in 2007 by the Feminist Press in the United States and republished in Vietnam by the Women's Publishing House in Hanoi.

In 2006, we traveled together to South Korea to attend a book party to celebrate the publication of Brenda's memoir on grief and healing ("Seaweed and Shamans— Inheriting the Gifts of Grief"), written in memory of her 16-year-old son, who died in 1994. The sentiments expressed in that memoir compelled me to translate it one summer into Vietnamese so that others could be touched by the compassion shared by bereaved parents, or anyone who has experienced a loss. That was the second project that I undertook with Brenda.

When she asked me to collaborate on this project, I was very excited and intrigued because of my own enthusiasm for photography. It is very different from what I normally do. What was more appealing was her request for me to match her photographs with Vietnamese poems, folk songs, proverbs, or sayings. I couldn't resist, as I used to read such material during my childhood. In fact, I often sang lullabies to my nephews and nieces until they fell asleep.

The experience of finding the right poem or song line, or proverb, allowed my soul to wander and revisit the familiar street corners, pagodas, rice fields, forests and mountains of Vietnam.

Because we are both very independent-minded, we often debated our respective views quite vigorously. At times, we even had to postpone a decision until we both reached agreement. In the end, though, we always gained further knowledge of each other's culture...and laughed at our own foibles.

I believe this is a very unique trilingual presentation of Vietnam. It has been visualized not only by images but also by long-lasting proverbs, poems and song lines. I truly hope that readers will feel the heartbeat of Vietnamese people in old times and at present.

Tôn Thi Thu Nguyet
Hanoi, Vietnam 2009

Mỗi một con người ai cung có những kỷ niệm vui buồn, những ước mơ cùng với những mốc lịch sử của nó trong cuộc đời mình. Riêng tôi, ngay từ những ngày tháng bắt đầu cắp sách đến trường Tiểu học, đã ước mơ trở thành giáo viên vì hình ảnh một nhà giáo đứng trên bục giảng đối với tôi luôn ngời sáng và thật trìu mến.

Sinh ra trong một gia đình nghèo, tôi phải sống trong cảnh khó khăn nên việc học hành cũng không được thuận lợi. Lại còn khổ hơn khi người mẹ yêu quý nhắm mắt lìa trần để lại tôi một mình trên thế gian này. Mẹ mất vì một cơn đau tim quá nặng do bị chế độ cũ tra tấn trong chiến tranh. Hồi ấy tôi vừa tròn mười tuổi.

Và từ đó tôi bị coi như một đứa trẻ không cha không mẹ. Tôi đã không hề biết rằng mình có cha đang làm việc ở miền Bắc. Mãi cho đến ngày giải phóng miền Nam hoàn toàn thống nhất đất nước vào năm 1975, khi tôi 21 tuổi mới một lần đầu được nói tiếng 'Cha'. Bất chấp mọi gian khổ tôi đã vượt qua bao thử thách trong cuộc sống để vươn lên trong học tập và đã hai lần đỗ Tú Tài, sau đó vào Đại học Sài Gòn, rồi lại tốt nghiệp Đại Học tại Hà Nội. Những giấc mơ xưa của thời Tiểu học đã trở thành hiện thực. Còn hơn thế nữa, tôi đã trở thành giảng viên tiếng Anh trường Đại học Ngoại Ngữ, Đại Học Quốc Gia Hà Nội, một trường lớn nhất Việt Nam.

Ở Việt Nam, nghề giáo viên luôn luôn được coi là một trong những nghề cao quý nhất. Tuy nhiên, cũng buồn thay trong giai đoạn này tất cả giáo viên dù ở cấp nào cũng đều phải đi dạy thêm thì mới có thể đảm bảo được cuộc sống cho gia đình ở mức tối thiểu. Và tôi không thuộc diện ngoại lệ. Ngay từ đầu những năm 1980, tôi đã rất may mắn được giới thiệu với nhiều người nước ngoài có nhu cầu học tiếng Việt.

Việc dạy tiếng Việt thật sự đã làm phong phú thêm đời sống tinh thần cho tôi ngoài việc kiếm sống cho gia đình. Tôi luôn vui sướng khi nghe học viên của mình nói rằng họ không những chỉ học tiếng Việt mà còn học được cả lịch sử, văn hóa, phong tục tập quán của người Việt Nam, và còn biết thêm cách chia sẻ tình cảm với người Việt Nam. Nhiều người trong số này đã thể hiện lòng nhân ái của mình qua việc đóng góp vào chương trình giúp đỡ sinh viên nghèo trên khắp mọi miền quê đất Việt của tôi. Tôi luôn coi họ là những người bạn thân trong cả đời mình.

"Bạn" một từ ngắn gọn là vậy nhưng chứa bao tình yêu thương, trìu mến. Với ý nghĩa này, thật sự tôi không thể tưởng tượng được rằng trong đời mình vẫn còn có cơ hội gặp được những người bạn phi thường. Họ là những Đại Sứ Ý, Anh, Úc, Thụy Điển, Hà Lan, …và phu nhân của họ; cả những Đại diện của các Tổ chức Liên Hiệp Quốc, các Tổ chức Phi Chính Phủ, cả Tổng Giám đốc và phu nhân các công ty nước ngoài, và rất nhiều nhiều các bạn khác mà tôi không thể kể hết ở đây, nhưng họ luôn ở trong trái tim tôi cho đến cuối cuộc đời.

Có một lần vào năm 2003, chị Lona Thwaites - phu nhân Đại sứ Úc Joeseph Thwaites nhiệm kỳ 2002-2005 mời tôi đến dự tiệc tại nhà riêng. Chị Lona vốn trước đây là nhà báo, đã giới thiệu tôi với nhà văn, nhà báo Brenda Paik Sunoo, một người Mỹ gốc Hàn Quốc đầu tiên mà tôi được gặp ngày hôm ấy.

Từ khi chị Brenda bắt đầu học tiếng Việt với tôi, chúng tôi đã phát hiện ra một điều rằng chúng tôi có cùng chung một triết lý sống. Và đã nhiều lần chia sẻ với nhau những câu chuyện thân tình trong đời mình. Hơn thế nữa, chị Brenda đã nhen nhóm lại trong tôi tình yêu văn học, thơ ca, hội họa và nhiếp ảnh mà tuổi thơ tôi đã từng đam mê nhưng ít khi có cơ hội để thể hiện.

Nhờ vào sự khích lệ và cộng tác của chị Brenda, chúng tôi đã cùng dịch 2 bài thơ được in trong cuốn "Thơ Nữ Việt Nam từ xưa đến nay" (Vietnamese Feminist Poems from Antiquity to the Present) – do nhà Xuất bản Feminist xuất bản tại Mỹ giữa năm 2007 và nhà Xuất bản Phụ Nữ Việt Nam đã tái bản tại Việt Nam vào đầu năm 2008.

Vào năm 2006, chúng tôi cùng sang Hàn Quốc để dự lễ ra mắt cuốn hồi ký về nỗi đau và sự vượt qua nỗi đau ("Seaweeds and Shamans" – Inheriting the Gifts of Grief – "Rong Biển và Pháp Sư – Những món quà vô giá từ nỗi đau bất tận") do chị Brenda viết trong nỗi thương tiếc đứa con trai 16 tuổi đã mất đột ngột vào năm 1994. Tình mẫu tử được thể hiện trong cuốn hồi ký này đã thôi thúc tôi dịch sang tiếng Việt với mong muốn rằng nhiều người Việt Nam khác cũng được cảm nhận, chia sẻ lòng trắc ẩn giữa những người bị mất con hay bất cứ ai đã từng phải chịu đựng sự mất mát. Đó là tác phẩm thứ hai mà tôi đã cùng thực hiện với chị Brenda.

Khi chị Brenda bảo tôi cộng tác với chị ấy để thực hiện tác phẩm này tôi đã rất phấn khích và thích thú vì vốn tôi vẫn đam mê nghệ thuật nhiếp ảnh. Không giống như những gì tôi thường làm mà còn hấp dẫn hơn nhiều. Đó là chị Brenda đã yêu cầu tôi ghép những bức ảnh mà chị đã chụp với những câu ca dao, tục ngữ, câu thơ, điệu hát dân ca hoặc những câu danh ngôn để lột tả hết ý nghĩa của những bức ảnh mà chị ấy đã chụp được với tất cả tâm hồn mình. Tôi sẵn sàng nhận lời ngay vì từ bé tôi đã từng học thuộc lòng những bài ca dân gian này. Thực tế là tôi đã từng phải làm nghề "trông em" cho nhà dì, nhà cậu nên hay hát ru bằng những bài dân ca hoặc những câu ca dao,...

Trong những lúc lùng kiếm cho ra một lời thơ, một điệu hát hay một câu ca dao tục ngữ phù hợp, tôi như thả hồn vào những lối mòn thân quen, những ngôi chùa, những cánh đồng lúa, những núi rừng Việt Nam.

Do chị Brenda và tôi đều có tính độc lập rất cao nên chúng tôi thường hay tranh luận với nhau rất gay gắt để thể hiện quan điểm riêng của mình. Có những lúc chúng tôi đã không thể đi đến quyết định mà phải chờ cho đến khi nào cả hai cùng thấy sự lựa chọn có thể chấp nhận được. Dù gì đi nữa thì cuối cùng chúng tôi vẫn luôn đạt được những hiểu biết sâu sắc hơn về văn hóa của nhau... và rồi hay cười xòa với nhau vì những điểm yếu của mình.

Tôi tin rằng đây là một cuốn sách ba ngôn ngữ độc nhất giới thiệu về Việt Nam. Nó được thể hiện không những bằng hình ảnh mà còn bằng những vần thơ, những câu ca dao tục ngữ, những điệu dân ca từ bao đời nay. Tôi thật sự hy vọng rằng độc giả sẽ cảm nhận được từng nhịp đập của con tim người Việt Nam xưa và nay.

Thạc sỹ Tôn Thị Thu Nguyệt
Hà Nội, Việt Nam 2009

우리 삶 속에는 추억이나 꿈, 그리고 전환점이 꼭 있기 마련이다. 내 경우에는 초등학교 시절부터 교사가 되는 것이 꿈이었다. 감수성이 예민했던 어린 시절 내게 칠판 앞에 서 있는 선생님은 너무도 아름답고 지성적으로 보였다.

가난한 집안 출신이었던 나는 어려서 영양실조에 시달렸고, 그래서 공부에 충실할 수 없었다. 어머니가 나를 홀로 남겨둔 채 세상을 떠나신 뒤로 상황은 더욱 나빠졌다. 어머니는 베트남 전쟁 중에 구정권의 고문을 받던 중 심장마비로 돌아가셨는데, 당시 나는 겨우 열살이었다.

고아 취급을 받으며 자라는 동안, 나는 아버지가 북쪽에 살아계시다는 사실을 까마득히 몰랐다. 베트남이 해방된 뒤, 스물 한 살이 되어서야 '아빠'란 말을 처음으로 불러볼 수 있었다. 이 모든 끔찍한 상황 속에서도 나는 온갖 어려움을 이기고 모든 입학시험에 합격해 성실한 학생으로 사이공과 하노이에서 고등학교와 대학 시절을 보냈다. 그리고 베트남에서 최고 명문 대학교의 영어 강사가 되었으니 어린 시절의 꿈은 초과 달성된 셈이다.

베트남 사람들은 교직을 고귀한 직업으로 여긴다. 그러나 유감스럽게도 교직에 있는 이들은 지식

수준과 학위에 상관없이 생계를 벌충할 별도의 일거리를 찾아야만 한다. 나도 예외는 아니다. 하지만 운 좋게도 나는 1980년대 이래 베트남어 교습을 받고 싶어하는 외국인들을 많이 만날 수 있었다.

가르치는 직업은 정신적으로나 물질적으로 내 삶을 풍요롭게 해주었다. 학생들이 내게서 베트남어 뿐 아니라 베트남의 역사와 문화, 풍습과 정서를 배웠다고 말할 때마다 얼마나 기쁜지 모른다. 그들 중 많은 이들은 내가 운영하는 '불우학생돕기 프로그램'에 돈과 의복을 기증해 베트남 전역에 있는 가난한 학생들을 돕는 일에 일조하기도 했다. 이들은 내게 평생 소중한 친구들이다.

'친구'란 단어는 평범한 말이지만, 큰 사랑을 의미한다. 이 점에서 일찍이 꿈꿔보지 못한 훌륭한 분들이 친구란 이름으로 내 삶에 등장하기 시작했다. 그 중에는 영국, 호주, 스웨덴, 네덜란드의 전직 대사님들과 그 부인들, UN과 다양한 NGO의 대표들, 그리고 기업체 임원들과 기타 각계각층의 외국인들이 있었다.

하루는 조 쓰웨이트 전 호주대사의 부인, 로나 쓰웨이츠 여사로부터 점심식사 초대를 받은 적이 있다. 전직 기자 출신인 로나 여사는 그날 내게 브렌다를 소개해 주었다. 내가 만난 최초의 한국계 미국인인 그녀는 작가이기도 했다.

브렌다에게 베트남어 교습을 시작하면서 우리는 삶에 대한 철학이 서로 비슷하다는 것을 알게 되었다. 그리고 각자의 내밀한 이야기들을 공유하게 되었다. 그뿐 아니라, 어릴 적부터 좋아했지만 좀체 빠져들 기회가 없었던 시와 문학, 그리고 그림에 대한 나의 열정을 그녀는 되살려 주었다.

브렌다의 격려와 협조로 우리는 시 두 편을 함께 번역했는데, 이는 2007년 미국의 페미니스트 출판사가 펴낸 〈베트남 고전 및 현대 여성 시집〉에 게재되었고, 이 책은 하노이의 한 여성 출판사에 의해 베트남어로 출판됐다.

2006년 브렌다의 책 출간 기념회에 참석하기 위해 우리는 함께 한국을 방문했다. 〈미역국 한 그릇〉(서울셀렉션刊)은 1994년 열여섯의 어린 나이로 죽은 아들을 그리워하며, 브렌다가 겪었던 슬픔과 치유의 과정을 담은 회고록인데, 나는 그 진한 감동에 이끌려 이 책을 베트남으로 옮기게 되었다. 아이를 잃은 부모나 친지의 죽음을 겪은 이들이 이 책으로 위로받을 수 있기를 바라는 마음에서였는데, 이는 브렌다와 함께 한 두 번째 프로젝트였다.

브렌다가 사진집을 함께 만들자고 제안했을 때, 평소 사진에 대한 관심이 많았던 나는 강한 흥미와 설렘을 느꼈다. 이 일은 내가 평소 하는 일과 많이 달랐다. 더욱 내 마음이 끌렸던 것은 브렌다가 내게 요청한 일이 자신이 찍은 사진과 어울릴 만한 베트남 시와 민요, 속담, 격언을 찾아달라는 것이었기 때문이다. 어린 시절 줄창 읽었던 것이 바로 그런 것들이었으니 나로서는 거절할 이유가 없었다. 사실 나는 이런 민요들을 종종 조카들한테 자장가로 불러주기도 했다.

사진에 꼭 어울릴 만한 싯귀나 노래 가사, 속담을 찾는 과정에서 나는 베트남의 친숙한 길 모퉁이나 탑, 논과 숲, 산을 정처없이 돌아다니곤 했다.

두 사람 다 주관이 강했던 까닭에 우리는 종종 자신의 관점을 고집하며 격렬한 토론을 벌이기도 했다. 때로는 의견 일치를 볼 때까지 결정을 미뤄야 할 때도 있었다. 그러나 결국에는 서로의 문화에 대해 더 깊이 이해하게 되었고, 상대방의 결점들도 웃어넘길 수 있게 되었다.

이 책은 3개 국어로 베트남을 소개하고 있다는 점에서 매우 독특하다. 이 책은 사진뿐 아니라 오랜 세월 내려온 속담과 시, 노래들을 통해 베트남을 보여주고 있다. 이 책을 읽는 이들이 옛날과 현대 베트남인들의 심장 박동을 느껴주기를 진심으로 바라는 바이다.

베트남 하노이 2009년
돈 티 투 응엣

Acknowledgements

We have numerous friends to thank for supporting our project. First, Nguyet honors the memory of her mother and aunt who taught her many of the beloved Vietnamese folk poems and proverbs included within this book. She also wishes to thank her two elder brothers (Ton Quang Tinh and Ton Long Khoang), husband (Thai Ha), and daughter (Thai Hoai My) for sharing their time to find the most appropriate text; and her nephew Ton Quang Hoa for providing various sources of books.

I am especially grateful to my husband, Jan, whose overseas assignment with the International Labor Organization gave us the opportunity to live and work in Hanoi, Vietnam for nearly 6 years. Also, without his safely-driven Yamaha Nouvo, I would not have been able to discover the city's myriad alleys nor the rice fields, temples, villages and marketplaces in the countryside. All of the photos were taken between September 2002 and 2008.

There have been other dear friends along the way who offered invitations, encouragement, emotional support, suggestions, technical assistance, praise, inspiration and opportunities to witness the daily lives of the Vietnamese. For all these acts of generosity, we thank you:

Charlie Bodwell, Chau Dien, Consuelo Steley, Dien Thanh, Dinh Thi Thao,
Do Thi Xuan Anh, Francisco Garcia, Gail Whang, Giang Thi So,
Hanoi International Women's Club, H. Cooke Sunoo, Huu Ngoc, Ivanka Mamic,
Lady Borton, Lona Thwaites, Ly Tuyet Nhung, Mai Anh, Nguyen Long Hung,
Nguyen Minh Ha, Nguyen Son Lam, Nguyen The Vinh, Petronella Ytsma,
Pham Manh Ha, Phan Thanh Hao, RoseMarie Greve, Rose Moxham, Sven Ellsworth,
Ted Englemann, The Gioi Publishing House, Trieu Vu, Trish Thompson, Vu Kim Thu

Many friends and relatives offered sayings or gave feedback. In particular, we'd like to thank Trinh Lu and Phung Thi Van Anh for their generosity of time and special contributions.

Our special gratitude to our publisher and dear friend, Mr. Kim Hyung-geun (Hank) of Seoul Selection, and graphic designer, Jung Hyun-young. Without their enthusiasm to promote friendly Korea-Vietnam relations, this project would not have been completed.

색인

Index

Bảng chú dẫn

Femininity and Solitude

Young vendor at a marketplace in Hanoi. 30
Một người bán hàng rong gần khu vực chợ ở Hà Nội.
하노이 시장의 젊은 행상.

Tran Thi Thom, visually-impaired grandmother—now deceased—of Do 32
Thi Xuan Anh. The photo was taken in Soc Son district, near Hanoi.
Trần Thị Thơm, bà ngoại mù lòa của Đỗ Thị Xuân Anh, nay đã qua
đời. Xuân Anh hiện là nhân viên của Ủy ban Phục vụ những người
bạn Mỹ. Ảnh được chụp ở quận Sóc Sơn, ngoại ô Hà Nội.
도 티 슈안 안의 시각장애인 할머니 트란 티 톰. 이제는 고인이 되셨다. 하노이 근처
쑥손 지역에서 촬영.

Black H'Mong young girl in Sa Pa. 34
Em bé H'Mông Đen ở Sa Pa.
사파에 사는 블랙 흐몽족의 어린 소녀.

An ethnic minority woman covers her head with a Flower H'mong scarf 36
underneath a Vietnamese conical hat, known as "non."
Người phụ nữ dân tộc ở Sa Pa đội chiếc khăn H'mông Hoa dưới
chiếc nón của người Kinh - Việt Nam.
'논' 이라고 불리는 베트남 전통 원뿔형 모자 밑에 플라워 흐몽 스카프를 맨 소수민족
여성.

Older woman sitting on the steps of a Catholic cathedral in Ninh Binh province. 38
Cụ già ngồi tựa bậc tam cấp nhà thờ Giòng ở tỉnh Ninh Bình.
닌빈 지방의 한 성당 계단에 앉아 있는 할머니.

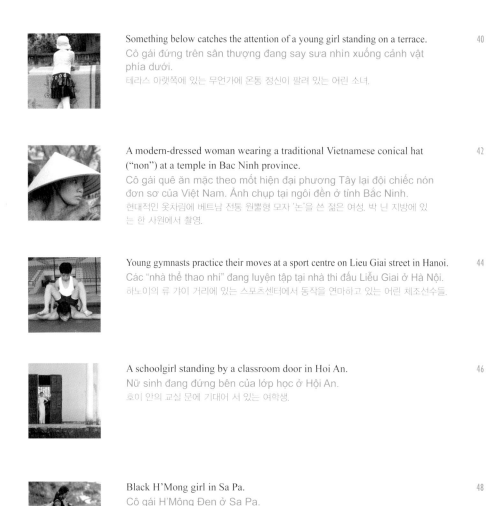

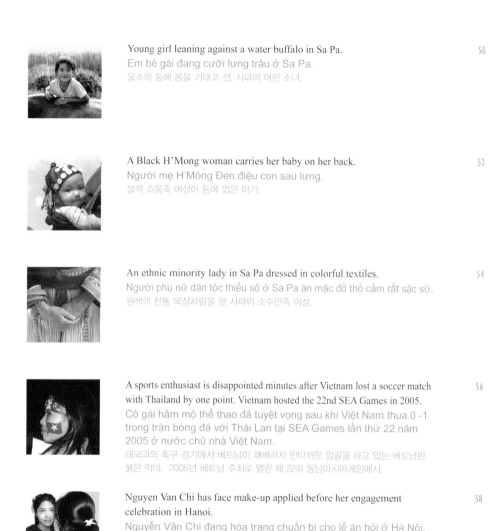

Young girl leaning against a water buffalo in Sa Pa. 50
Em bé gái đang cưỡi lưng trâu ở Sa Pa.
물소의 등에 몸을 기대고 선, 사파의 어린 소녀.

A Black H'Mong woman carries her baby on her back. 52
Người mẹ H'Mông Đen điệu con sau lưng.
블랙 흐몽족 여성이 등에 업은 아기.

An ethnic minority lady in Sa Pa dressed in colorful textiles. 54
Người phụ nữ dân tộc thiểu số ở Sa Pa ăn mặc đồ thổ cẩm rất sặc sỡ.
원색의 전통 복장차림을 한 사파의 소수민족 여성.

A sports enthusiast is disappointed minutes after Vietnam lost a soccer match 56
with Thailand by one point. Vietnam hosted the 22nd SEA Games in 2005.
Cô gái hâm mộ thể thao đã tuyệt vọng sau khi Việt Nam thua 0 -1
trong trận bóng đá với Thái Lan tại SEA Games lần thứ 22 năm
2005 ở nước chủ nhà Việt Nam.
태국과의 축구 경기에서 베트남이 패배하자 안타까운 얼굴을 하고 있는 베트남판
붉은 악마. 2005년 베트남 주최로 열린 제 22회 동남아시아게임에서.

Nguyen Van Chi has face make-up applied before her engagement 58
celebration in Hanoi.
Nguyễn Vân Chi đang hóa trang chuẩn bị cho lễ ăn hỏi ở Hà Nội.
약혼 축하 파티를 앞두고 꽃단장을 하고 있는 하노이의 응옌 번 찌 씨.

Together

All modes of transportation converge on Dien Bien Phu street in Hanoi.
Các loại xe cộ qua lại trên phố Điện Biên Phủ ở Hà Nội.
하노이 디엔 비엔 푸 도로에는 각양각색의 교통수단이 모여든다.

Cock fight at Truc Bach lake in Hanoi.
Chọi gà ở hồ Trúc Bạch, Hà Nội.
하노이, 트룩 박 호수 옆에서 벌어진 닭싸움.

A villager in Soc Son (a suburb of Hanoi) takes his healthy male pig to be rented by customers whose female pigs will be impregnated.
Người dân quê Sóc Sơn (ngoại ô Hà Nội) đưa lợn đực đi gây giống để lấy tiền.
교배를 원하는 고객들에게 자신의 숫퇘지를 빌려주러 가는 하노이 근교 쏙손 마을 사람.

A couple rowing their boat as they gather water fern that is used to feed pigs.
Đôi vợ chồng đang chèo thuyền vớt bèo để nuôi lợn.
배를 타고 돼지 먹이로 쓸 물고사리를 뜯는 부부.

Nguyen Son Lam and friend Do Thi Phuc Huong posing in Korea's "Be the Reds" World Soccer T-shirts at a friend's apartment in Hanoi.
Biên tập viên Nguyễn Sơn Lâm và bạn gái Đỗ Thị Phúc Hưởng trong chiếc áo màu đỏ mà đội bóng đá Hàn Quốc đã mặc trong trận đấu cúp Thế giới, chụp tại nhà một người bạn ở Hà Nội.
하노이 한 친구의 아파트에서 한국의 '붉은 악마' 티셔츠를 입고 포즈를 취한 구엔 쏜 람과 친구 도 띠 푸흥.

A streetside shoe business on Quan Su street in Hanoi.

Giày bán bên đường ở phố Quán Sứ, Hà Nội.

하노이 콴 쑤 가에 있는 길거리 신발가게.

88

An old Vietnamese woman and her cat by the yard in Soc Son, near Hanoi.

Một cụ bà đang âu yếm con mèo của mình bên hè ở Sóc Sơn, gần Hà Nội.

하노이 인근 쏙손의 집마당에 앉은 베트남 할머니와 고양이.

90

A young boy admires two girls at the sand dunes in Mui Ne, near Phan Thiet City, in Binh Thuan Province.

Chàng thanh niên đang chiêm ngưỡng hai nàng thanh nữ đang đi ngang qua nơi cồn cát ở Mũi Né, gần thành phố Phan Thiết, tỉnh Bình Thuận.

빈 투안 지방. 판티엣 시 근처 무이 네의 모래 언덕에서 마주친 두 처녀들에게 눈길이 쏠린 청년.

92

Two older men sitting on a park bench at Hoan Kiem Lake in Hanoi.

Hai cụ ông đang ngồi tâm sự với nhau trên ghế đá bên hồ Hoàn Kiếm ở Hà Nội.

하노이 호안 키엠 호수 공원 벤치에 앉아 있는 두 노인.

94

A young woman rides on the back of a motorcycle without a helmet before Vietnam began requiring helmets in December 2007.

Cô gái ngồi sau xe máy không đội mũ bảo hiểm trước khi Việt nam có quy định đội mũ bảo hiểm vào tháng 12 năm 2007.

오토바이 뒷자리에 탄 젊은 여성. 2007년 12월 뒷자리 헬멧 의무 착용제 도입 이전에 찍은 사진.

96

Work

Young sprouts to be planted a few inches apart in Soc Son district's rice paddies.

Cụ già đang cấy mạ trên đồng ruộng ở Sóc Sơn.

쏙손 지역 벼논에 몇 인치 간격으로 심어지는 어린 모.

108

A farmer weeds the rice field with her sickle in Ha Tay province.

Một nông dân đang làm cỏ ruộng với chiếc liềm trên tay ở tỉnh Hà Tây.

하 타이 지방, 낫을 들고 논에서 잡초를 뽑는 여성 농민.

110

A woman walks along the rice fields in Ha Tay province.

Một nông dân đang đi thăm đồng ở tỉnh Hà Tây.

하 타이 지방의 논을 따라 걸어가는 여성.

112

A farmer applies pesticides to her rice fields in Ha Tay province.

Một nông dân đang rải phân trên đồng lúa của mình ở tỉnh Hà Tây.

하타이 지방 벼논에 살충제를 뿌리는 여성농민.

114

A farmer harvests rice stalks during the autumn season in Sa Pa.

Một cụ già đang thu hoạch vụ Thu ở Sa Pa.

가을 철, 사파에서 벼를 수확하는 농민.

116

271

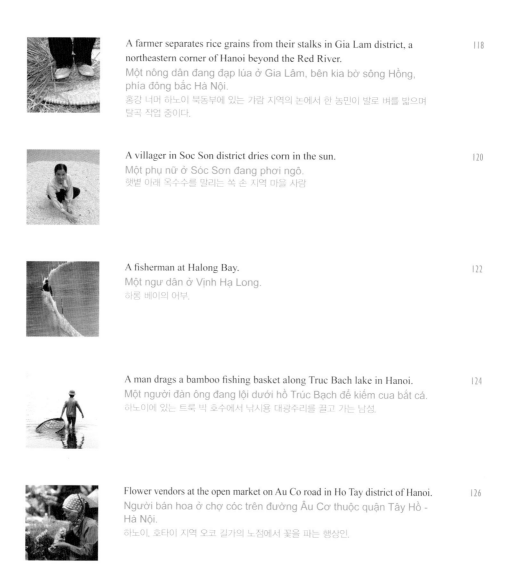

A street barber in Hanoi.

Người thợ cắt tóc bên hè phố Hà Nội.

하노이의 길거리 이발사.

128

An electrician at work in Trúc Bạch lake area in Hanoi.

Một thợ điện đang làm nhiệm vụ tại khu vực hồ Trúc Bạch ở Hà Nội.

하노이의 트룩박 호수 지역에서 일하고 있는 전기공.

130

A street book vendor sells copies of Lonely Planet travel guides and other Vietnam-related publications to tourists on a bus in Ho Chi Minh City.

Người bán sách rong đang rao bán những sách hướng dẫn du lịch của nhà xuất bản "Lonely Planet" và những sách có liên quan đến Việt Nam cho các khách du lịch trên xe buýt ở thành phố Hồ Chí Minh.

거리의 행상인이 호치민 시를 관광중인 버스 여행자들에게 론리 플래닛 가이드북과 다른 베트남 관련 책을 팔고 있다.

132

A weary garbage collector slows down on Van Mieu street, beside the Temple of Literature in Hanoi.

Một cụ già kiếm sống bằng nghề đồng nát đang nghỉ chân ở phố Văn Miếu bên cạnh Văn Miếu ở Hà Nội.

재활용 쓰레기 뭉치를 끌고 가다 지친 이가 하노이 문학사원 옆 길 '반 미에우' 가에서 잠시 걸음을 멈추고 서있다.

134

A young girl embroiders images of Vietnam at XO Silk Embroidery Studio at Hoa Binh Square in Dalat.

Một thợ thêu đang thể hiện những nét tinh túy về văn hóa và con người Việt Nam tại cửa hiệu thêu lụa nổi tiếng XO tại quảng trường Hòa Bình ở Đà Lạt.

한 아가씨가 달라트의 호아빈 광장에 있는 엑스오 실크자수 가게에서 베트남 이미지를 수놓고 있다.

136

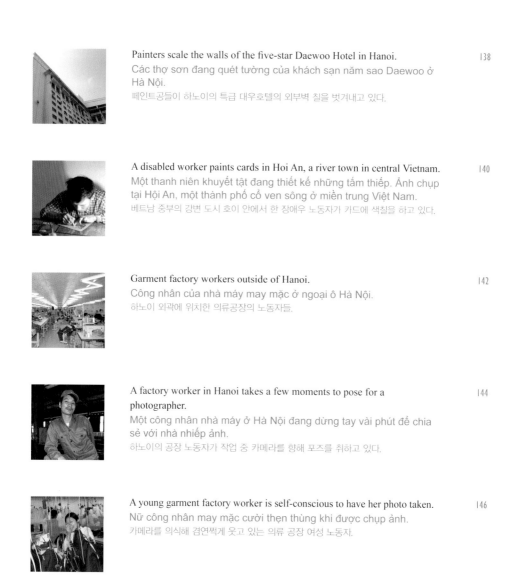

A welder in a factory in Hanoi.

Người thợ hàn trong một nhà máy ở Hà Nội.

하노이 어느 공장의 용접공.

148

A Vietnamese scarecrow in the Ba Be Lake area, which is located among limestone scenery in northeast Vietnam. Ba Be is Vietnam's largest natural lake, 250 kilometers from Hanoi.

Con bù nhìn trên đồng lúa ở khu vực hồ Ba Bể, một hồ thiên nhiên lớn nhất ở Việt Nam, cách Hà Nội 250 cây số.

베트남 북동부 석회암 지대에 위치한 바베 호수 근처 논에 서있는 어수아비. 바베호수는 베트남 최대의 자연호수로 하노이에서 250 킬로미터 떨어져 있다.

150

Women sorting plastic bags that will eventually be recycled in Hanoi.

Hai người đang loại các túi ni-lông để tái sản xuất.

재활용될 플라스틱 봉지를 분류하는 하노이 여성들.

152

A young vendor on Hang Can in Hanoi's Old Quarter sells towels, including one with two popular national icons: America's Mickey Mouse and Vietnam's conical hat.

Cô bán hàng khăn ở phố Hàng Cân trong khu phố cổ Hà Nội đang giới thiệu chiếc khăn tắm có 2 biểu tượng rất phổ biến, đó là Mickey Mouse của Mỹ và chiếc nón của Việt Nam.

하노이 구시가지 '항 칸'의 수건 가게에서 파는 타월에 인기 많은 국가적 아이콘 두 개 – 미국의 미키 마우스와 베트남표 원뿔형 모자가 들어 있다.

154

Play

A young girl, dressed up for Tet (Lunar New Year) sits on a relative's Xe May (motorcycle).
Em bé gái diện bảnh bộ đồ Tết ngồi trên xe máy của người thân.
설빔을 차려입고 친척이 타고 온 '세메이' 오토바이에 앉아 있는 소녀.

166

Red sand dunes at Mui Ne.
Cồn cát đỏ ở Mũi Né.
무이 네의 붉은 모래언덕.

168

Young men kick the "birdie" while playing a net game at Bach Thao garden in Hanoi.
Các thanh niên đang chơi đá cầu ở vườn Bách Thảo tại Hà Nội.
하노이의 박 타오 정원에서 네트 게임 중 셔틀콕을 차고 있는 청년.

170

Men playing chess at Bac Ninh province.
Dân làng ở tỉnh Bắc Ninh đang chơi cờ.
박닌 지방에서 장기 두는 남자들.

172

Young men play a game on stilts during Tet. (Lunar New Year)
Thanh niên chơi trò đi chân cà khêu vào dịp Tết Nguyên Đán.
설날, 전통놀이인 죽마 게임을 하는 청년들.

174

Spirituality

A monk prays at Long Vien Pagoda in Gia Lam district in Hanoi. 186

Một sư thầy đang niệm Phật tại chùa Long Viên ở Gia Lâm Hà Nội.

하노이 기아람 지역의 롱비엔 탑에서 기도 중인 스님.

The smoke that rises from incense is considered the bridge between the 188
physical and spiritual world of one's ancestors.

Khói hương được coi như cầu nối giữa đời thường với thế giới
tâm linh của tổ tiên.

향에서 타오르는 연기는 조상들의 영혼과 육체를 잇는 다리 같은 것.

Zen Buddhist Teacher Thich Nhat Hanh at Dinh Quan Pagoda during his 190
first three-month visit to Vietnam after nearly 40 years of exile. More
than 1,000 Vietnamese and foreigners came to share a day of his Dharma
teaching and meditation.

Thiền Sư Thích Nhất Hạnh tại chùa Đình Quán trong ba tháng đầu
tiên của chuyến về thăm Việt Nam sau gần 40 năm sống lưu vong
của Thiền Sư. Hơn một nghìn người Việt Nam và người nước
ngoài đã đến dự lớp thiền và giáo pháp.

딘콴 탑에 모습을 보인 선불교 승려 딕낫한 스님. 40년에 걸친 망명 생활 후 2005
년 처음으로 3개월간 베트남을 방문했을 당시의 모습이다. 천여 명의 베트남인과
외국인들이 하룻 동안 스님의 법문을 듣고 명상을 함께 하기 위해 모였다.

Young Buddhist monks at Dinh Quan Pagoda in Hanoi (2005) when Zen 192
Buddhist teacher Thich Nhat Hanh made his first visit to Vietnam after
nearly 40 years of exile.

Một số sư thầy đang tụ hội tại chùa Đình Quán ở Hà Nội để nghe
thiền sư Thích Nhật Hạnh truyền giáo vào năm 2005 khi trở về
thăm quê hương sau 40 năm sống lưu vong.

젊은 스님들이 틱낫한 스님의 법문을 귀기울여 듣고 있다. 선불교 고승인 틱낫한 스
님의 망명 후 첫 고국 방문 당시 하노이 딘콴 탑에서의 법문 현장.

Simple Pleasures

A basket vendor takes a nap on Nha Tho street in Hanoi's Old Quarter.

Trang 183: Người đi bán rong thúng mẹt rổ rá đang ngủ trưa bên lề đường ở khu phố cổ Hà Nội.

하노이 구 시가지 나 토 거리에서 광주리 장수가 낮잠에 빠져있다.

204

Sore foot of a textile vendor at Sa Pa central market in town.

Bàn chân bị đau của một người bán hàng dệt thổ cẩm ở chợ trung tâm thành phố Sa Pa.

사파 중앙시장에서 옷감을 파는 행상인의 부어오른 발.

206

Woman singing at a celebration in Bac Ninh province.

Một phụ nữ đang biểu diễn ở Bắc Ninh.

박닌 지방의 한 축하 행사에서 노래 부르는 여성.

208

Getting a bowl of crab noodle soup (banh da cua) on the streets of Hanoi is easy, as long as one can sit on small plastic stools less than a foot off the ground.

Tìm ăn một bát bánh đa cua ở đường phố Hà Nội không hề khó tí nào, chỉ có điều là người ăn phải ngồi trên một cái ghế nhựa con và chống chân xuống đất.

키가 30 센티미터도 안되는 작은 플라스틱 의자에 엉덩이를 걸쳐 놓을 마음만 있다면 하노이의 길거리에서 게살 국수(반 다 쿠아) 한 그릇을 먹는 일은 어려운 일이 아니다.

210

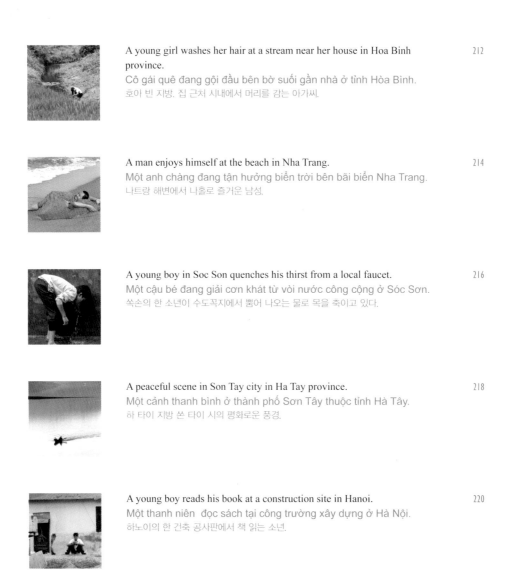

A woman at the marketplace in Hoi An enjoys a cigar. (A type of tobacco rolled with dry banana leaves is called "thuốc rê" in Hoi An - Quang Nam province)

Một cụ già ở gần chợ Hội An đang thưởng thức điếu thuốc rê. (thuốc lào quấn với lá chuối khô rồi hút thì ở Hội an thuộc tỉnh Quang Nam người ta gọi là thuốc rê)

호이 안의 시장에서 시가를 피우는 여성. 호이 안과 쾅 남 지방에서는 말린 바나나 잎사귀에 돌돌 만 담배를 '투옥 레' 라고 부른다.

222

224

A Flower H'mong woman enjoys the flavor of an ice cream cone.

Người phụ nữ H'Mong đang tận hưởng hương vị của món kem ốc quế.

플라워 흐몽족 여성이 아이스크림 맛에 빠져있다.

A Korean-owned restaurant that serves Western, Italian and Korean food. The sign that says, "Oi Gioi oi" means "Oh my God!"

Nhà hàng Hàn Quốc phục vụ các món ăn Tây, Ý và Hàn Quốc. Tên nhà hàng là "Oi Gioi oi" có nghĩa là "Oh my God!"

서양식, 이태리음식과 한식을 파는 식당. 한국인이 경영하는 이 식당의 간판은 "오마이 갓"이란 뜻의 베트남어로 쓰여있다.

226

Mr. Vi Trong Tan, 74, who lives in Doai village, Phu Minh Commune, Soc Son district Hanoi.

Ông Vi Trọng Tấn, 74 tuổi sống ở thôn Đoài, làng Phú Minh, Huyện Sóc Sơn, Hà Nội.

하노이, 쏙손 지구 푸민공동체 내에 있는 도아이 마을에 사는 74세의 비트롱탄 씨.

228

Rice terraces in Sa Pa.

Ruộng bậc thang ở Sa Pa.

사파의 다랑논.

230

Vietnam Moment

Compiled by	Brenda Paik Sunoo & Tôn Thị Thu Nguyệt
Photographs by	Brenda Paik Sunoo
Designed by	Jung Hyun-young
Translated by	Chung Kyung-a, Kim Hyung-geun (Korean)
Copy-edited by	Colin Mouat (English), Dien Thanh, Dao Thi Truc Ha (Vietnamese) & Kim Hyung-geun (Korean)
Co-ordinated by	Lee Jin-hyuk